கல்வியும் வாழ்க்கையின் மகத்துவமும்

ஜே.கிருஷ்ணமூர்த்தி

தமிழில்: எஸ்.ராஜேஸ்வரி

நர்மதா பதிப்பகம்

நல்ல நூல் வெளியீட்டாளர்கள்
10, நானா தெரு, (தி.நகர் தலைமை
அஞ்சலகத்தை ஒட்டிய தெரு), பாண்டிபஜார்,
தியாகராய நகர், சென்னை - 600 017. ☎ 24334397
செல்லிடபேசிகள்: 98402 26661, 98409 32566, 99400 45044

Kalviyum Vaazhkkaiyin
Magathuvamum - J. Krishnamurti
Tamil Translation of
Education and the Significance of Life

Translated by S. Rajeswari
(Authorized by Krishnamurti Foundation India)

For the original text in English :
© 1953 Krishnamurti Foundation of America
P.O. Box 1560
Ojai, California 93024-1560, USA.
For the translation into Tamil :
© -2010 Krishnamurti Foundation India,
Vasanta Vihar, 124-126, Greenways Road,
Chennai - 600 028. Tel.: 2493 7803 / 2493 7596
E-mail : publications@kfionline.org
Website : www.kfionline.org

First Edition: 2011
Third Edition : August 2019
Published by :
T.S. Raamalingam,
Narmadha Pathipagam,
10, Nana Street, T' Nagar, Chennai - 600 017.
Tel.: 2433 6312 / 2433 4397

Price : Rs. 150.00
Pages : 208

D.T.P. Execution at:
Star Graphics, Chennai - 600 017.

Printed at :
Creative Offset, Chennai - 600 034.

உட்பொதிவு

1.	கல்வியும் வாழ்க்கையின் மகத்துவமும்	5
2.	செவ்விய கல்விமுறை	18
3.	அறிதிறன், அதிகாரம் மற்றும் மெய்யுணர்வு	77
4.	கல்வியும், உலக அமைதியும்	105
5.	பள்ளிக்கூடம்	133
6.	பெற்றோர்களும், ஆசிரியர்களும்	157
7.	பாலியலும் திருமணமும்	186
8.	கலை, அழகு மற்றும் படைப்பு	197

நர்மதாவின்
ஜே.கிருஷ்ணமூர்த்தி நூல்கள்

1.	வன்முறைக்கப்பால்	130.00
2.	விடுதலை: துவக்கமும் முடிவும்	100.00
3.	ஒரே ஒரு புரட்சி	100.00
4.	உள்மனப் புரட்சி	120.00
5.	அறிந்ததினின்றும் விடுதலை	100.00
6.	வாழ்க்கை: அடிப்படைக் கேள்விகள்	100.00
7.	வாழ்விற்கு உதவும் அறிவு	130.00

■ ■ ■

1

கல்வியும் வாழ்க்கையின் மகத்துவமும்

மனிதனுடைய செயல்பாடுகள், சிந்தனைகள், நடத்தை, குணநலன்கள் ஆகியவை உலகெங்கும் அசாதாரண ஒற்றுமையுடன் இருப்பதைக் காண்கிறோம். இந்தியாவிலோ, அமெரிக்காவிலோ, ஐரோப்பாவிலோ அல்லது ஆஸ்திரேலியாவிலோ மனிதன் எங்கு இருந்தாலும், மனித இயல்பு ஒரே தன்மையாகவே உள்ளது. இந்த உண்மை, குறிப்பாக, கல்லூரிகளிலும் பல்கலைக்கழகங்களிலும் தெற்றெனத் தெரிகிறது.

ஒன்றை வார்ப்படத்தில் வார்த்து பெருமளவில் உற்பத்தி செய்வதுபோல் வாழ்க்கைக்கு பாதுகாப்பைத் தேடிக்கொள்வது, முக்கியமான அந்தஸ்தைப் பெறுவது, சிந்தனையைக் குறைத்துக்கொண்டு, வாழ்க்கையை ஆனந்தமாகக் கழித்துவிடுவது என்ற நோக்கம் கொண்ட ஒரே வகையான மனிதர்களை பல்கலைக்கழகங்கள் உருவாக்கித் தள்ளுகின்றன.

சம்பிரதாயக் கல்விமுறை, சுதந்திரமாகச் சிந்திப்பதற்கு வழிவகுக்காமல் அதை கடினமாக்கி விடுகிறது. அனைத்துடனும் ஒத்திசைவோடு செயல்படும்போக்கு சாதாரண திறமைக்குத்தான் வழிவகுக்கும். ஒரு குழுவிலிருந்து வேறுபட்டு இருப்பது அல்லது சூழ்நிலையை எதிர்த்து நிற்பது என்பது சுலபமல்ல. மேலும், எதிர்த்து நிற்பது, எதிர்பாராத இடர்பாடுகளுக்கு இட்டுச் செல்லலாம்; வெற்றியை வழிபடும் நமக்கு, அது தோல்வியைத் பெற்றுத் தரலாம். இலௌகீக அல்லது ஆன்மீகத் துறையில் பெற்றுவிட விரும்பும் உயர்வை அடைவதற்கான முயற்சியாகவோ, அகத்தில் அல்லது புறத்தில் ஒரு பாதுகாப்பிற்கான தேடலாகவோ, சௌகரியமான வாழ்க்கைக்கான ஆசையாகவோ, வெற்றியடைய வேண்டும் என்ற நம் உந்துதல் இருக்கிறது. உந்துதலின் மொத்த இயக்கமும், சிறுமைகளைக் கண்டு எழும் அதிருப்தியைச் சமனப்படுத்தி, அதை முடிவுறச் செய்து, மனதில் அச்சத்தை வளர்ப்பதாகவுள்ளது. அச்சம், வாழ்க்கையை பகுத்தறிந்து புரிந்து கொள்வதற்கு தடையாக குறுக்கே நிற்கிறது. வயது ஆக ஆக, மனமும் இதயமும் புத்துணர்வற்றுப் போய் மந்தநிலையடைகின்றன.

நாம் வசதியைத் தேடும்போது, வாழ்க்கையின் குறைந்தபட்ச போராட்டம் இருக்கும் அமைதியான ஒரு மூலையை கண்டுபிடித்து தஞ்சம் அடைகிறோம். பின்பு அந்த தனிமையான, ஒதுக்குப் புறமான மூலையிலிருந்து வெளிவர அச்சப்படுகிறோம். எனவே வாழ்க்கையைப் பற்றிய அச்சம், போராட்டம் பற்றிய

கல்வியும் வாழ்க்கையின் மகத்துவமும்

அச்சம், புதிய அனுபவம் பற்றிய அச்சம் போன்றவை துணிவு மனப்பான்மையை அழித்து விடுகிறது. நம் வளர்ப்பு முறையும் கல்வியும், நம்மை பிறரிடமிருந்து வேறுபட்டு இருக்கமுடியாதபடிக்கு, அ ச்சுறுத்துகின்றன. சமுதாயம் நிலைநிறுத்திவிட்டிருக்கும் கட்டமைப்புக்கு எதிராக சிந்திக்க துணிவற்றவர்களாக நம்மை அது ஆக்கி விட்டது. அதிகாரத்திற்கும் மரபுக்கும் அர்த்தமற்ற மதிப்பை தரும்படி நம்மை அவை செய்துவிட்டன.

கட்சிக் கொள்கைகள் போன்ற பாகுபாடுகளைக் கொண்டிராமல் பிரச்சினைகளை பகுத்தாய்வு செய்ய, அதிர்ஷ்டவசமாக, ஒரு சிலரேனும் மிகுந்த அக்கறை யுடன் இருக்கிறார்கள். ஆனால் பெரும்பாலோரிடம் உண்மையான அதிருப்தி அல்லது எதிர்ப்பு உணர்வு கிடையாது. நாம் உண்மையைப் புரிந்து கொள்ளாமலே சூழலுக்கு பணிந்து போய்விடுவோமானால், நம்மிடத்திலிருந்த கொஞ்ச நஞ்ச எதிர்ப்பு உணர்வும் மடிந்து போய்விடுகிறது. நமக்கிருக்கும் பொறுப்புகள், விரைவில் நம் எதிர்ப்புணர்விற்கு முற்றுப்புள்ளி வைத்துவிடுகின்றன.

எதிர்ப்பு இரண்டு வகையாக இருக்கிறது - ஒன்று, வன்முறை கிளர்ச்சி; இது வெறும் எதிர்வினை மட்டுமே. அதாவது நடைமுறையிலிருப்பதை புரிந்துகொள்ளாமல் அதற்கு எதிராக எழும் எதிர்வினை. இன்னொன்று, அறிவுப்பூர்வமான புரிதலுடன் கூடிய ஆழமான, உளவியல் பாங்கான எதிர்வினை. பலர், சம்பிரதாய மரபுகளுக்கு எதிராகக் கிளர்ச்சி செய்கிறார்கள். ஆனால், அவர்களே பின்னர் புதிய மரபுகளில், மேலும்

மாயைகளில், ஒளிந்திருக்கும் சுயவிருப்பங்களில் வீழ்ந்து போகிறார்கள். இது ஒன்றிலிருந்து அதைப்போன்ற இன்னொன்றுக்கு மாறுவது மட்டும்தானே தவிர, அடிப்படை மாற்றமல்ல. குறிப்பிட்ட இலட்சியங்களை கைவிட்டுவிட்டு அல்லது ஒரு குழுவிலிருந்து பிரிந்து இன்னொரு குழுவுடன் சேர்ந்துவிடுவது என்பது சாதாரணமாக நிகழும் ஒன்றாகும். வேறு இலட்சியங்களை வரித்துக் கொள்கிறோம், புதியதொரு சிந்தனைப்பாங்கை படைத்துக்கொள்கிறோம். சிலகாலம் கழித்து, மறுபடியும் இதற்கு எதிராக நாம் கிளர்ச்சி செய்ய வேண்டியவர்களாக ஆகிறோம். எதிர்வினை, எதிர்ப்பை மட்டுமே வளர்க்கிறது; சீர்திருத்தம் மறுபடியும் சீர்திருத்தப்பட வேண்டியிருக்கிறது.

ஆனால், புத்திசாலித்தனமான கிளர்ச்சி என்று ஒன்றிருக்கிறது. அது எதிர்வினை அல்ல. அது, ஒருவர், தன் சொந்த சிந்தனை மற்றும் உணர்வை, விழிப்புடன் நோக்குவதின் மூலமாக கிடைக்கப் பெறும் தன்னறிவினால் (Self knowledge) வருவதாகும். அனுபவம் நேரும்போது அதை நேருக்கு நேராக சந்தித்து, கலக்கத்தை தவிர்க்காமல் இருக்கும் போது மட்டும்தான் நாம் நம் அறிதிறனை (Intelligence) உச்சகட்டத்தில் விழிப்போடு வைத்திருப்போம். அறிதிறன் உச்ச கட்டத்தில் விழிப்புடன் இருக்கும் நிலைதான் உள்ளுணர்வாகும்(intuition). இதுதான் வாழ்க்கையின் உண்மையான ஒரே வழிகாட்டி.

கல்வியும் வாழ்க்கையின் மகத்துவமும்

வாழ்க்கையின் உட்பொருள்தான் என்ன? நாம் எதற்காகப் போராடுகிறோம்? மேலும் சிறப்பு பெறவும், மேலும் உயர்ந்த பதவியைப் பெறவும், மேலும் திறமை பெறவும், மற்றவர்களின் மேல் பரவலான அதிகாரம் செலுத்துவதற்கும் மட்டுமே நாம் கல்வி பயின்றோமெனில், நம் வாழ்க்கை மேலோட்டமான, சாரமற்ற வெறுமைத்தனமானதொன்றாகி விடும். விஞ்ஞானிகளாக, புத்தகப் புழுக்களாக, புலமை பெற்றவர்களாக, அறிவை போதைப் பொருளாகக் கொண்ட துறை வல்லுநர்களாக ஆக மட்டுமே நமக்கு கல்வி பயிற்றுவிக்கப்பட்டால், நாம் இந்த உலக அழிவிற்கும் அவலத்திற்கும் பங்களிப்பவர்களாக இருப்போம்.

வாழ்க்கைக்கு மிக உயர்வான மற்றும் ஆழமான உட்பொருள் இருக்கிறது. நாம் அதை கண்டுபிடிக்காவிடில் நம் கல்விக்குத்தான் என்ன மதிப்பு இருக்கிறது? நாம் மிக உயர்வான கல்வி படித்திருப்போம் - ஆனால் ஆழமான, முரண்பாடற்று இணைந்திருக்கும் சிந்தனையையும் உணர்வையும் நாம் கொண்டிராவிடில், நம் வாழ்க்கை முழுமை அடைவதில்லை; முரண்பாடுகளாலும் அச்சங்களாலும் அது அலைக் கழிக்கப்படுகிறது. வாழ்க்கையைப் பற்றிய ஒட்டுமொத்தப் பார்வையை நம்மிடம் கல்வி பேணி வளர்க்காதவரை, அத்தகைய கல்விக்கு அதிக முக்கியத்துவம் கிடையாது.

இன்றைய நாகரீகத்தில், வாழ்க்கை பலதுறை களாகப் பிரிந்துவிட்டிருப்பதால், செவ்விய கல்விக்கு

முக்கியத்துவம் இல்லாமல் போய்விட்டது. ஒரு குறிப்பிட்ட தொழில் உத்தியை அல்லது வேலையை கற்றுக்கொள்வதற்கு மட்டுமே கல்வி என்றாகி விட்டது. கல்வியானது தனிமனிதனின் முழுமையாக்கப்பட்ட அறிதிறனை விழிப்படையச் செய்வதற்குப் பதிலாக, அவனை ஒரு கட்டமைப்புக்கு இணங்கிப்போகும்படி செய்கிறது; எனவே, அவன் தன்னை அறிதல் என்ற முழுமையான வழிமுறையை புரிந்து கொள்வதற்கு அத்தகைய கல்வி தடையாக இருக்கிறது. இருத்தலின் பல்வேறு பிரச்சினைகளை அதனதன் நிலைகளில், வெவ்வேறு வகைகளாக பிரித்து பிரச்சினைகளுக்கானத் தீர்வைக் காண நாம் எடுக்கும் முயற்சி, முழுமையான புரிதல் என்பது நமக்கு இம்மியளவும் இல்லை என்பதைச் சுட்டிக்காட்டுகிறது.

தனிமனிதன் என்பவன் வெவ்வேறான தன்மை களால் உருவாக்கப்பட்டவன். இவ்வேற்றுமைகளை வலுப்படுத்தி ஒன்றை மட்டுமே வளர்ச்சி அடைய ஊக்குவிக்கும்போது அது பல சிக்கல்களையும் முரண்பாடுகளையும் கொண்டு சேர்க்கிறது. கல்வி யானது, பிரிந்து கிடக்கும் இந்த தன்மைகளைச் சேர்த்து முழுமையைக் கொண்டு வரவேண்டும். ஏனெனில், இந்த முழுமையாக்கல் இல்லையெனில், வாழ்க்கை யானது முரண்பாடுகள் மற்றும் துயரங்களின் தொடர்ச்சி யாகிவிடும். வழக்கறிஞர், வழக்கை நீட்டித்துக் கொண்டேயிருப்பாரேயானால், அவர் பயின்ற சட்டக் கல்வியின் மதிப்புதான் என்ன? நாம் தொடர்ந்து குழப்பத்தில் இருப்போமெனில் நாம் பெற்ற கல்வியின்

கல்வியும் வாழ்க்கையின் முக்கியத்துவமும் 11

மதிப்பு என்ன? நாம் ஒருவரை ஒருவர் அழித்துக் கொள்வதற்காக நம் தொழில் திறனை பிரயோகித்தால், அத்திறனுக்கு மதிப்பேதும் உண்டா? நம் வாழ்வுமுறை வன்மைக்கும் பெரும் துயரத்திற்கும் உலகைக் கொண்டு போனால் நாம் உயிர்வாழ்வதின் அர்த்தம்தான் என்ன? நம்மிடம் பணம் அல்லது அதை சம்பாதிக்கும் திறன் இருப்பினும், இன்பங்களும் நிறுவப்பட்ட மதங்களும் நமக்கு இருந்தாலும், நாம் முடிவுறாத போராட்டத்தில்தான் இருக்கிறோம்.

நான் மற்றும் தனிமனிதன் என்ற இரண்டிற்கும் உள்ள வேறுபாட்டை பார்த்தாக வேண்டும். தனக்குரியது தற்செயலாய் விளைந்தது; தற்செயலாக விளைந்தது என்று எந்த அர்த்தத்தில் சொல்கிறேன் என்றால் பிறப்பின் சூழல், வளர்க்கப்பட்ட சூழல், அதனுடனான தேசீயம், மூட நம்பிக்கைகள், வர்க்க வேறுபாடுகள், தப்பெண்ணங்கள் போன்றவை ஒவ்வொருவருக்குரியது, தற்செயலானது, தற்காலிக மானது. ஆனால், தற்காலிகமானது வாழ்நாள் முழுவதும் நீடிக்கலாம். இப்போதுள்ள கல்விமுறையானது ஒவ்வொருவருக்குரியதை, தற்செயலை, தற்காலிகத்தை அடிப்படையாகக் கொண்டு கட்டப்பட்டுள்ளது. எனவே, இது வக்கிர சிந்தனைகளையும், தற்காப்பிற்கான அச்சங்களையும் மனத்தில் ஆழப் பதிக்கிறது.

நம் சொந்த இலாபத்திற்காகவும், பாதுகாப்பை தேடுவதற்காகவும், நமக்காக போராடுவதற்காகவும் மட்டுமே நம்மை கல்வியும், சூழலும் பயிற்றுவிக்கின்றன. இன்சொற்களால் இந்த உண்மையை நாம் மூடி

மறைத்தாலும், அச்சத்தை அடிப்படையாகக் கொண்ட சுரண்டலையும், பேராசையையும் ஊக்குவிக்கும் ஓர் கட்டமைப்புக்குள்தான் பல்வேறு தொழிற்கல்வி களுக்காக நாம் பயிற்றுவிக்கப்படுகிறோம். இப்படிப்பட்ட பயிற்சியானது தவிர்க்கமுடியாத அளவிற்கு நமக்கும் உலகத்திற்கும் குழப்பத்தையும் பெருந்துயரத்தையும் கொண்டுவரும். ஏனெனில், அது நமக்குள் உளவியல் ரீதியான தடைகளை உண்டுபண்ணி, சமூகத்தில் பிரிவினையைக் கொண்டுவரும்.

கல்வி என்பது மனதை மட்டுமே பயிற்றுவிப்பது என்கிற விவகாரம் அல்ல. பயிற்சி, திறமையைப் பெற்று தருகிறது. ஆனால் அது முழுமையை கொண்டு வருவதில்லை. பயிற்றுவிக்கப்பட்ட மனம், கடந்த காலத்தின் தொடர்ச்சியாக செயல்படுகிறது. அப்படிப் பட்ட மனம் புதியதொன்றை கண்டுபிடிக்க இயலாது. எனவேதான், சரியான கல்வி எது என்பதை கண்டறிய, நாம், வாழ்க்கையின் முழு உட்பொருளைப் பற்றி விசாரணை செய்ய வேண்டும்.

நம்மில் பெரும்பாலோர், வாழ்க்கையின் முழுமை யான அர்த்தம் என்ன என்று அறிவதற்கு அடிப்படை முக்கியத்துவம் கொடுப்பதில்லை. நம் கல்வியோ இரண்டாம்நிலை விழுமியங்களை மட்டுமே வற்புறுத்துகிறது. நம்மை ஏதோ ஒரு அறிவுத்துறையில் வெறுமனே திறமைப் பெறச் செய்கிறது. அறிவும் திறமையும் தேவைப்படுபவைதான்; ஆனால் அவற்றை மட்டுமே முக்கியமென வற்புறுத்துவது, குழப்பத்திற்கும் போராட்டத்திற்கும்தான் கொண்டு செல்லும்.

அன்பினால் விளைந்த திறமை என்ற ஒன்றிருக்கிறது. அடைய விரும்பும் குறிக்கோளினால் வரப்பெற்ற திறமையைவிட அது, பன்மடங்கு உயர்ந்தது. அன்பு, வாழ்க்கையை முழுமையான அளவில் புரிந்து கொள்ளச் செய்யும். அன்பு இல்லாத போது திறமையானது இரக்கமற்ற மனப்பான்மை யையே வளரச் செய்யும். இதுதானே உலகமுழுவதும் நடைபெறுகிறது, இல்லையா? நம் கல்வி, தொழிற் சாலைகளைப் பெருக்கவும் போருக்கான ஆயத்த வேலைகளுக்காகவும் முடுக்கி விடப்பட்டிருக்கிறது. அதனின் தலையாய நோக்கம் திறமையை மென்மேலும் கொண்டு செல்வது மட்டுமே. ஈவு இரக்கமற்ற போட்டியில் ஒருவரையொருவர் அழித்துக் கொள்ளும் இயந்திர கதியில் நாம் சிக்கிக் கொண்டிருக்கிறோம். போரில் அழிக்கவும் அல்லது அழிந்துபடவும் கல்வி கற்றுக் கொடுப்பின், அத்தகைய கல்வி முற்றிலுமாகத் தோல்வியடைந்த ஒன்றுதானே?

எனவே சரியான கல்வியைக் கொண்டு வரவேண்டுமெனில், நாம் வாழ்க்கையின் முழு அர்த்தத்தையும் புரிந்து கொள்ள வேண்டுமென்பது தெற்றென தெரிகிறது - அதற்காக நாம் சிந்திக்கும் திறன்பெற்றவர்களாக இருக்க வேண்டும். ஒருவழிச் சிந்தனையாக இல்லாமல், நேரிடையாகவும் உண்மையாகவும் சிந்திக்க வேண்டும். மரபு வழியில் சிந்தனை செய்பவர் சிந்தனையாளரே அல்ல. ஏனெனில், அவர் ஒரு வரைமுறைக்கு உட்பட்டு செயல்படுகிறார். அவர் சொன்னதையே திரும்பத்

திரும்பச் சொல்லி, ஒரு குறிப்பிட்ட வட்டத்திற்குள் சிந்திக்கிறார். நம் வாழ்க்கையை கருத்தியலாகவோ அல்லது கோட்பாடாகவோ புரிந்து கொள்ள முடியாது. வாழ்க்கையைப் புரிந்து கொள்வது என்பது நம்மை நாமே புரிந்து கொள்வது என்பதாகும் - அதுதான் கல்வியின் தொடக்கமும் முடிவுமாகும்.

கல்வி என்பது வெறுமனே விஷய ஞானத்தை மேலும் மேலும் சேர்த்துக் கொள்வது என்பதல்ல - தகவல்களைத் தேடி, திரட்டி, பொருத்திப் பார்ப்பதல்ல கல்வி. கல்வி என்பது வாழ்க்கையின் உட்பொருளை முழுமையாக காண்பதுதான். ஆனால், முழுமையை பகுதி பகுதியாக அணுகக் கூடாது - ஆனால் அரசாங் கங்களும், மத நிறுவனங்களும், ஆட்சியாதிக்கக் கொள்கையுடைய கட்சிகளும், வாழ்க்கையை பகுதி பகுதியாகவே அணுக முயற்சிகள் எடுக்கின்றன.

கல்வியின் செயல்பாட்டால், முழுமை பெற்று, அம்முழுமைப் பண்பால் அடைந்த அறிதிறனை உடையவர்கள் சமூகத்தில் உருவாக வேண்டும். நாம் பட்டங்களைப் பெற்றுவிடலாம்; இயந்திரகதியில் இயங்கும் திறமைசாலிகளாக, ஆனால், அறிதிறனில்லாத வர்களாக இருக்கலாம். அறிதிறன் என்பது வெறும் தகவல் சேகரிப்பு அல்ல; அது புத்தகங்களிலிருந்து பெறப்படுவதும் அல்ல; அது சாதுர்யமான தற்காப்பு எதிர்வினைகளிலும், தான் சொல்வதே சரி என்று சாதிப்பதிலும் இல்லை. கல்வி கற்றவனைவிட, படிப்பறிவு இல்லாதவன் அறிதிறனுள்ளவனாக

கல்வியும் வாழ்க்கையின் மகத்துவமும்

இருக்கலாம். அறிதிறனை நிர்ணயம் செய்யும் அளவு கோல்களாக பட்டங்கள் ஆக்கப்பட்டன. இன்றையக் கல்வி, வாழ்க்கையின் அடிப்படை பிரச்சினைகளைத் தவிர்க்கின்ற கபட மனங்களை வளரச் செய்கிறது. அறிதிறன் என்பது சாராம்சத்தை, 'உள்ளதை' பார்க்கும் ஆற்றல். இந்த ஆற்றலை உருவாக்குவதுதான் சரியான கல்வியாகும்.

நீடித்து நிலை பெற்றிருக்கும் விழுமியங்களை கண்டறிய நமக்கு கல்வி உதவிபுரிய வேண்டும். கல்வி அவ்வாறு உதவி புரியும் பட்சத்தில், நாம் வெறுமனே சூத்திரங்களையோ கோஷங்களையோ திரும்பத் திரும்ப சொல்லிக் கொண்டிருக்கமாட்டோம். கல்வியானது தேசிய மற்றும் சமூகத் தடைகளை உடைத்தெறிய நமக்கு உதவி செய்ய வேண்டுமே தவிர அவற்றை வலியுறுத்தக்கூடாது. ஏனெனில், அவை மனிதர்களுக்கிடையே பகைமையை வளர்க்கிறது. துரதிருஷ்டவசமாக இன்றைய கல்வி முறையானது நம்மை அதிகாரத்தின் கைப்பாவைகளாக ஆக்கி விட்டது, இயந்திரத்தனமாக செயல்பட வைக்கிறது, ஆழ்ந்த சிந்தனை அறவே இல்லாதபடி ஆக்கி விடுகிறது. நம்மை புறத்தில் அறிவாளிகளாக விழிப்புறச் செய்தாலும், அகத்தில் முழுமையற்றவர்களாக முடக்கி விடுகிறது. இன்றைய கல்வி, நம்மை படைப்பாற்றல் இல்லாதவர்களாக செய்து விடுகிறது.

வாழ்க்கையைப் பற்றி முழுமையானப் புரிதல் இல்லாதபோது, தனிப்பட்டப் பிரச்சினைகளும்

பொதுவானப் பிரச்சினைகளும் மேலும் சிக்கலாகி பெருகிப் பரவும். சரியான கல்வியின் நோக்கம் படிப்பாளிகளையும், தொழில்நுட்ப வல்லுனர்களையும் வேலைத் தேடுபவர்களையும் மட்டுமே உற்பத்தி செய்வதில்லை. தன்னையறிந்த, அச்சத்திலிருந்து விடுபட்ட, தளைபடாத மனித சமுதாயத்தை உருவாக்குவதே கல்வியின் நோக்கம். அப்படிப்பட்ட சமுதாயத்தில் தான் நிலைத்த அமைதி நிலவக் கூடும்.

நம்மை நாமே புரிந்துக் கொள்வதினால்தான் அச்சம் முடிவுக்கு வரும். ஒருவன் வாழ்க்கையுடன் ஒவ்வொரு கண நேரமும் போராடி அதன் சிக்கல்களை, கோரிக்கைகளை, நேருக்கு நேர் சந்திக்க வேண்டியிருந்தால், அவன் மிகுந்த நெகிழ்வுத் தன்மையுடனும் கோட்பாடுகள் மற்றும் குறிப்பிட்ட சிந்தனை வார்ப்புகளிலிருந்து விடுபட்டும் இருக்க வேண்டும்.

கல்வியானது, தனிமனிதனை சமூகத்துடன் ஒத்திருக்கும்படியோ அல்லது எதிர்மறையாக அதனுடன் பொருந்தி இருக்கும்படியோ ஊக்குவிக்கக் கூடாது. பாரபட்சமில்லாத விசாரணையாலும் தன்னைப் பற்றிய விழிப்புணர்வாலும் அறியப்படும் உண்மையான விழுமியங்களை கண்டுபிடிக்க கல்வி உதவிகரமாக இருக்க வேண்டும். தன்னறிவு இல்லாத போது, சுய வெளிப்பாடு என்பது தன்னை நிலை நிறுத்திக் கொள்ளும் செயலாகிவிடும்; அச்செயலுடன் கூடிய வன்முறைகளும் போராட்டங்களும் தொடர்ந்து வரும். கல்வியானது தன்னறிவை பெறுவதற்கான

கல்வியும் வாழ்க்கையின் மகத்துவமும் 17

ஆற்றலை எழச்செய்ய வேண்டுமே தவிர, சுயதிருப்தி கொடுக்கும் வெற்று செயல்பாடுகளை ஊக்குவிக்கக் கூடாது.

நாம் வாழும் முறையால், நம்மை நாமே அழித்துக் கொள்வோமாகில் நாம் கற்பதன் பயன்தான் என்ன? தொடர்ச்சியாக போர்கள் நடந்துள்ளன; அப்படி யென்றால் நாம் நம் குழந்தைகளை வளர்க்கும் முறையில் அடிப்படையிலேயே தவறு இருக்கிறது என்று நன்றாகத் தெரிகிறது. நம்மில் பெரும்பாலோர் இதை அறிந்தே இருக்கிறார்கள் என்று நான் எண்ணுகிறேன். ஆனால் இதை எப்படி கையாள வேண்டும் என்பதை அறியாமல் இருக்கிறோம்.

கல்வி அல்லது அரசியல் அமைப்பு முறைகள் தானே மாறியதில்லை; நம்மிடம் அடிப்படையான மாற்றம் இருக்கும்போது அவைகள் மாறுகின்றன. தனி மனிதனுக்குத்தான் முதல் முக்கியத்துவமே தவிர, அமைப்பு முறைகளுக்கல்ல. மனிதன், தன் சிந்தனை மற்றும் செயல்பாட்டின் முறையை முழுவதுமாகப் புரிந்துகொள்ளாத வரை, வலதுசாரியோ அல்லது இடதுசாரியோ, எவ்வித நிர்வாகத்தாலும் இந்த உலகத்தில் ஒழுங்கையும் அமைதியையும் கொண்டுவர இயலாது.

2

செவ்விய கல்வி முறை

படிப்பறிவு இல்லாதவர் அறிவிலி என்பதில்லை. எவர் தன்னை அறியாதவரோ, அவர்தான் அறிவிலி. தன்னைப் புரிந்து கொள்வதற்காக நூல்களையும், தகவல் அறிவையும் அதிகாரத்தையும் சார்ந்திருக்கும் படிப்பாளி, அறிவிலியே. தன்னறிவின் மூலமாக மட்டுமே புரிதல் நிகழ்கிறது. தன்னறிவு என்பது தன்னுடைய உளரீதியான செயல்பாடுகள் அனைத்தையும் விழிப்புடன் அறிந்துக்கொள்வதாகும். எனவே கல்வி என்பது, அதன் உண்மையான அர்த்தத்தில், ஒருவன் தன்னை அறிதலாகும். நம் ஒவ்வொருவருள்ளும் மானுட இருத்தலின் முழுமை சேர்த்து வைக்கப்பட்டிருக்கிறது.

நாம் புத்தகங்களிலிருந்து தகவலைப் பெறுவதையே கல்வி என அழைக்கிறோம். இதை படிக்கத் தெரிந்தவர் எவராலும் செய்துவிட முடியும். இப்படிப்பட்ட கல்வி,

செவ்விய கல்விமுறை

பிரச்சினைகளிலிருந்து நாம் தப்பித்துச் செல்வதற்கு உகந்த, பொருத்தமான வழியைத் தருகிறது. இதுவும் மற்ற தப்பித்தல் வழிகளைப் போன்றே துயரம் விளைவிப்பதைத் தவிர்க்க முடியாததாகிறது. மக்கள், பொருட்கள், கருத்துக்கள் ஆகியவற்றுடன் நாம் கொண்டுள்ள தவறான உறவினால்தான் சச்சரவும் குழப்பமும் வருகின்றன. நாம் உறவை சரியாகப் புரிந்து கொண்டு மாற்றாதவரை, வெறும் படிப்பும், தகவல் களைச் சேகரிப்பதும், பல்வேறு திறன்களை பெற்றிருப் பதும் மேலும் குழப்பத்திற்கும் அழிதலுக்குமே கொண்டுச் செல்லும்.

இன்றைய சமுதாய அமைப்பில், நாம் குழந்தை களை, கல்வி கற்க பள்ளிக்கு அனுப்பி வைக்கிறோம். படிப்பு முடிந்தவுடன் தன் பிழைப்புக்கான ஏதோ ஒரு தொழில் நுணுக்கத்தை அவன் கற்று விடுவான் என்பதற்காகத்தான் பள்ளிக்கு அனுப்புகிறோம். கல்வி அவனுக்கு பாதுகாப்பான பொருளாதார நிலையை அளித்து விடும் என்ற நம்பிக்கையோடு, குழந்தைக்கு தொழிற் கல்வியை அளித்து மிகச் சிறந்த திறமைசாலி யாக ஆக்கவே பெரிதும் வேண்டுகிறோம். ஆனால் தொழில் நுட்பத்தை கற்றுக்கொள்வது நம்மை நாமே புரிந்து கொள்ளும்படிச் செய்ய உதவுமா என்ன?

எழுதவும் படிக்கவும் தெரிந்துகொள்வது தேவை என்பது தெளிவாகத்தான் இருக்கிறது. பொறியியல் அல்லது ஏதோவொரு தொழில் கல்வி கற்றுக்கொள்ளு தல் வேண்டும். ஆனால் இத்திறமை வாழ்க்கையைப் புரிந்துகொள்வதற்கான திறனை அளிக்குமா என்ன?

நிச்சயம், செயல்திறமை என்பது இரண்டாம் நிலை யானதுதான்; உத்தி (technique) ஒன்றை அடைவதற்கு மட்டுமே நாம் முயற்சிக்கிறோமெனில், வாழ்க்கையின் மிகப்பெரிய பாகமாக இருக்கும் தன்னையறிதலை நாம் பெறவில்லை, அதை உதாசீனப்படுத்துகிறோம் என்பது வெளிப்படை.

வாழ்க்கை என்பது, துன்பம், மகிழ்ச்சி, அழகு, விகாரம், அன்பு, போன்றவற்றைக் கொண்டது. நாம் வாழ்க்கையை முழுமையாகப் புரிந்துகொண்டால், அப்போது ஒவ்வொரு கட்டத்திலும், புரிதலானது, அதற்கேயுரிய உத்தியை தோற்றுவிக்கிறது. ஆனால், உத்தியானது ஆக்கப்பூர்வமானப் புரிதலை ஒருபோதும் கொண்டு வராது.

இன்றைய கல்வியானது ஒரு முழு தோல்வியே. இன்றைய கல்வியில் வழிமுறைகள், உத்திகள் மிகையாக வற்புறுத்தப்படுவதால், இயல்பான செயல்பாடு அழிந்துவிட்டது. வாழ்க்கையை புரிந்துக்கொள்ளாமல் திறமையையும் ஆற்றலையும் மட்டுமே வளர்த்துக் கொள்வதாலும், சிந்தனை மற்றும் ஆசைகளின் செயல்பாட்டினைப் பற்றிய முழுமையான பார்வை இல்லாததினாலும், நாம் மேலும் மேலும் ஈவு இரக்க மற்றவர்களாக ஆக்கப்பட்டோம். போர் மூளுவதற் கானக் காரணமாகவும் நம் பாதுகாப்பிற்கு ஆபத்தாக வும் அது அமைந்தது. மற்றதையெல்லாம் விலக்கி விட்டு உத்தியை மட்டுமே வளர்த்ததினால் விஞ்ஞானிகள், கணித மேதைகள், பாலம் கட்டும் பொறியாளர்கள், விண்வெளி வெற்றிவீரர்கள்

போன்றோர் உருவாகி வெளிவந்தனர். ஆனால் இவர்கள், வாழ்வின் முழுமையைப் புரிந்து கொண்டார்களா என்ன? குறிப்பிட்ட ஒரு துறையில் தலைசிறந்த நிபுணராக இருப்பவர் வாழ்க்கையை முழுமையாக அனுபவித்திருக்கிறாரா? நிபுணராக இல்லாதபோது மட்டுமே அந்த அனுபவம் ஏற்படும்.

தொழில்நுட்ப முன்னேற்றம் ஏதோ சில நபர்களுக்கு ஒரு கட்டத்தில் குறிப்பிட்ட வகையான பிரச்சினைகளைத் தீர்த்தது. ஆனால், அது, ஆழமான மற்றும் பரவலான பிரச்சினைகளை புதிதாக கொண்டு வருகிறது. வாழ்க்கையின் முழுப் பரிமாணத்தை புறக்கணித்துவிட்டு ஒரு கட்டத்தில் மட்டுமே வாழ்வது என்பது, பெருந்துயரத்தையும் அழிவையும் வேண்டி அழைப்பதாகும். எனவே ஒவ்வொரு தனிமனிதனுக்கு முள்ள மிகப்பெரிய பிரச்சினை என்னவெனில் அதிகரித்துக்கொண்டே போகும் வாழ்க்கையின் சிக்கல்களைச் சந்திக்க உதவும் வாழ்க்கையைப் பற்றிய முழுமையான புரிதலை எவ்வாறு கொண்டிருப்பது என்பதைப் பற்றியதுதான்.

தொழில்நுட்ப அறிவு எவ்வளவுதான் இன்றியமையாததாக இருப்பினும், அது நமது மன அபத்தங்களுக்கும் மனப் போராட்டங்களுக்கும் தீர்வு காணாது; நாம் வாழ்வை முழு இயக்கமாகப் புரிந்து கொள்ளாமல் தொழில்நுட்ப அறிவு மட்டுமே பெற்றதால், அதுவே, நம்மை அழிக்கும் சாதனமாக மாறிவிட்டது. அணுவைப் பிளக்க தெரிந்துகொண்ட மனிதன், இதயத்தில் அன்பு இல்லாமல் போனால் அவன் அரக்கனாகிவிடுவான்.

நமது திறமைகளுக்கேற்ப ஒரு தொழிலைத் தேர்ந்தெடுக்கிறோம். ஆனாலும், நாம் தேர்ந்தெடுத்த தொழிலைச் செய்து வருவதால் நம்மால் குழப்பங்களிலிருந்து வெளிவர முடிகிறதா? ஏதாவதொரு தொழில் நுட்பப் பயிற்சி அவசியம்தான். நாம் பொறியாளர்களாக, மருத்துவர்களாக, கணக்கர்களாக, பயிற்சி பெற்றுவிட்டோம் - அது தான் எல்லையா? ஒரு தொழிலை நடத்திக் கொண்டிருப்பதுதான் வாழ்க்கையின் நிறைவு என்றா கொள்வது? நம்மில் பலருக்கு அப்படித்தான் இருக்கிறது என்ற உண்மை வெளிப்படையாகவே தெரிகிறது. பல்வேறு தொழில்களில் ஈடுபட்டு வாழ்வின் பெரும்பகுதியை நாம் செலவிட வேண்டியுள்ளது; ஆனால், நாம் சந்தோஷத்துடன் உற்பத்தி செய்த பொருள்களே அழிவிற்கும் துயரத்திற்கும் காரணமாகின்றன. நம் மனோபாவமும் நம்மால் மதிக்கப்படுபவைகளும் பொறாமை, வெறுப்பு உண்டாவதற்கான கருவிகளாகி விடுகின்றன.

நம்மை நாம் புரிந்துகொள்ளாதபடியால், நாம் செய்யும் தொழில்களே நம்மை விரக்தியடையச் செய்கிறது. விரக்தியிலிருந்து தப்பிக்க பல்வேறு விஷமத்தனமான நடவடிக்கைகளில் ஈடுபட வேண்டியிருக்கிறது. புரிதல் இல்லாத தொழில் நுட்பம், பகைமையையும் இரக்கமற்றத் தன்மையையும் கொண்டு வருகின்றது. இவற்றை இனிக்கும் வார்த்தைகளால் மூடி மறைக்கிறோம். தொழில்நுட்பத்தை முக்கியமென வற்புறுத்தி திறமைசாலிகளாக ஆகி, ஒருவரையொருவர் அழித்துக் கொள்வதில் என்னதான் பயன்? நமது

செவ்விய கல்விமுறை

தொழில்நுட்ப வளர்ச்சி பிரமிக்கச் செய்கிறதுதான்; ஆனால் அது நாம் ஒருவரையொருவர் அழித்துக் கொள்ளும் சக்திகளை அதிகரிக்கச் செய்கிறது. ஒவ்வொரு நாட்டிலும் பட்டினியும் துயரமும் வாட்டுகிறது. நாம் அமைதியற்ற, மகிழ்ச்சியற்ற மக்களாகவே இருக்கிறோம்.

செயலாற்றுதல் ஒன்று மட்டுமே முக்கியமானதாக இருக்கும்போது, வாழ்க்கையானது மந்தமாகி சலிப்பூட்டுகிறது. இயந்திரகதியில் ஓடும் பலனற்ற அன்றாட வாழ்க்கையிலிருந்து தப்பிக்க, திசை திருப்பும் எல்லாவழிகளையும் நாம் மேற்கொள்கிறோம். தகவல்களைச் சேகரித்துக் கொள்வதும் திறனை வளர்த்துக் கொள்வதையுமே நாம் கல்வி எனக் கொள்கிறோம். இத்தகைய கல்வி முறை, ஒருங் கிணைந்த வாழ்க்கை மற்றும் செயல்பாட்டின் முழுமையை நாம் அடையவிடாமல் தடுத்துவிடுகிறது. வாழ்வின் மொத்த இயக்கத்தை நாம் புரிந்துக் கொள்ளாததால், ஆற்றலையும் திறனையும் பெரிதாகப் பிடித்துக்கொள்கிறோம். அவை, எல்லாவற்றிற்கும் மேலான முக்கியத்துவத்தைப் பெற்று விடுகின்றன. ஆனால் முழுமையைப் பகுதியின் மூலம் புரிந்து கொள்ள முடியாது; முழுமையை செயலினாலும் அனுபவத்தினாலும் மட்டுமே புரிந்துகொள்ள முடியும்.

தொழில்நுட்பப் பயிற்சியானது, பொருளாதார பாதுகாப்பு மட்டுமின்றி மனரீதியான பாதுகாப்பு உணர்வையும் நமக்களிக்கிறது. ஆற்றலும் திறமையும் பெற்றிருக்கிறோம் என்பதை அறியும் நாம், தன்னம்பிக் கையுடன் அச்சமற்று இருக்கிறோம். நம்மால் பியானோ

இசைக் கருவியை வாசிக்க முடியும் அல்லது வீடொன்றைக் கட்ட முடியும் என்பதை நினைக்கும் போது நமக்குள் சக்தி பிறக்கிறது, தீவிர வேகம் பிறக்கிறது. ஆனால் உள்ளத்தளவிலான பாதுகாப்பு பெறவேண்டி, திறமைக்கு உயர் மதிப்பு அளிப்பதால் நாம் வாழ்வின் நிறைவை பெறுவதில்லை. வாழ்வின் உட்பொதிவை முன்கூட்டியே கண்டுவிட முடியாது; அது கணத்திற்கு கணம் புதியதாக அனுபவிக்கப்பட வேண்டிய ஒன்றாகும். ஆனால், நாம் அறிந்திராததைப் பற்றி மிகுந்த அச்சம் கொண்டிருக்கிறோம். அச்சத்தின் விளைவாக அமைப்புகள், உத்திகள் மற்றும் நம்பிக்கைகள் போன்றவைகளை உளரீதியான பாது காப்பிற்காக உருவாக்கிக்கொள்கிறோம். நாம், உள ரீதியானப் பாதுகாப்பிற்காக தேடிக் கொண்டிருக்கும் வரை, வாழ்வின் முழு பரிமாணத்தை புரிந்துகொள்ள இயலாது.

சரியான கல்வியானது, தொழில் நுட்பத்தைக் கற்றுக்கொள்ள ஊக்குவிக்கும்போதே, அதைவிட மிக முக்கியமான ஒன்றை அது சாதிக்க வேண்டும் - அதாவது வாழ்வின் முழுப்பரிமாணத்தை மனிதன் உணரும்படிச் செய்ய வேண்டும். வாழ்க்கையை அப்படி அனுபவிப்பது தான் ஆற்றலையும், தொழில் நுட்பத் திறனையும் அவற்றிற்குரிய சரியான இடத்தில் வைக்கிறது. ஒருவர் உண்மையிலேயே ஒன்றைச் சொல்ல வேண்டுமென்று விரும்பி அதை சொல்லும்போது அதற்குரிய நடையை அவ்விஷயமே படைத்துக் கொள்கிறது; ஆனால் குறிப்பிட்ட பாணியை கற்றுக் கொண்டு, உள்ளூர அனுபவிக்காமல் ஒன்றைச்

செவ்விய கல்விமுறை 25

சொல்லும்போது, அது ஆழமற்றதாக, மேலெழுந்த வாரியாகத்தான் முடியும்.

உல்கெங்கிலும், பொறியாளர்கள், தாமே இயங்கக்கூடிய இயந்திரங்களை வடிவமைப்பதில் முனைப்பாக ஈடுபட்டிருக்கிறார்கள். வாழ்க்கை முழுவதுமாகவே இயந்திரங்களினால் நடத்தப்படும் போது, மனிதர்களின் நிலை என்னவாகும்? அப்போது ஓய்வு நேரம் மேலும் மேலும் அதிகரித்துக் கொண்டே போகும். ஆனால் ஓய்வு நேரத்தை எவ்வாறு நல்ல முறையில் உபயோகிப்பது என்பதை அறியாமல், தகவல்களைச் சேகரிப்பது, நலிவு செய்யும் களியாட்டங்களில் ஈடுபடுவது அல்லது இலட்சியங்களை வளர்த்துக் கொள்வது என்பதாக நேரத்தைச் செலவிடுவோம்.

கல்விக் கொள்கைகளைப் பற்றி ஏராளமான புத்தகங்கள் எழுதப்பட்டுள்ளன என்று நினைக்கிறேன். ஆயினும் முன்பு எப்போதையும்விட பெருங்குழப்பத்தில் இன்று நாம் இருக்கிறோம். அச்சவுணர்வு இன்றி சுதந்திரமாகவும் கருத்துகளால் தளைபடாமலும் மாணவர் வளர உதவும் கல்விமுறை ஏதுமில்லை. கொள்கைகள், இலட்சியங்கள், நெறிமுறைகள் ஆகியவற்றைப் பற்றி மட்டுமே நாம் அக்கறைக் கொண்டிருக்கும் வரை, தன்னை மையமாகக் கொண்டு நடத்தும் நடவடிக்கைகளிலிருந்தும் அதன் காரணமாய் வரும் அச்சங்கள் மற்றும் முரண்பாடுகளிலிருந்தும் தனி மனிதன் விடுபட, அவனுக்கு நாம் உதவி செய்வதில்லை.

போரையும் உலக அழிவையும் தடுக்க வேண்டுமெனில், மனித நெஞ்சத்தில் அடிப்படையான மாற்றத்தைக் கொண்டு வரவேண்டும். ஓர் இலட்சிய சமுதாய அமைப்பிற்கான கொள்கைகளால் அத்தகைய மாற்றத்தைக் கொண்டு வரமுடியாது. தற்கால விழுமியங்களை இலட்சியங்களால் மாற்றமுடியாது. சரியான கல்வியால் மட்டுமே அவைகளை மாற்ற முடியும். சரியான கல்விதான் 'உள்ளது' (What is) என்பதைப் புரிந்துகொள்ளச் செய்யும்.

ஓர் இலட்சியத்திற்காகவும், எதிர்காலத்திற்காகவும் நாம் சேர்ந்து செயல்படும்போது, தனிமனிதர்களை, எதிர்காலம் பற்றிய நம் கோட்பாட்டின்படி உருவாக்குகிறோம். நாம் மனிதர்களைப் பற்றி கவலைப்படவில்லை. அவர்கள் எப்படி இருக்க வேண்டும் என்ற நம் கோட்பாட்டைப் பற்றியே கவலை கொண்டிருக்கிறோம். எனவே என்னவாக இருக்க வேண்டும் என்பதே, 'உள்ளதை'விட மிகப் பெரிய விஷயமாகி விடுகிறது நமக்கு. 'உள்ளது' என்பது தனிமனிதனும் அவனுடைய பலதரப்பட்ட உணர்ச்சிகளின் தொகுதியும் ஆகும். தனிமனிதனை, அவன் எப்படி இருக்க வேண்டும் என்ற எண்ணத்தினூடே பார்ப்பதைவிட்டு, அவனை நேரடியாகப் பார்ப்போமானால், நாம் 'உள்ளது' என்பதில் அக்கறை கொண்டவர்களாக ஆவோம். பின் தனி மனிதனை கோட்பாடுகளுக்கேற்ப மாற்ற முயலமாட்டோம்; நம் அக்கறை அவன் தன்னைப் புரிந்துகொள்ளும்படிக்கு உதவி செய்வதுதான். இதில் தனிப்பட்ட நோக்கமோ, அல்லது இலாபமோ கிடையாது. 'உள்ளது' பற்றிய

செவ்விய கல்விமுறை

விழிப்புணர்வு இருந்தால் நாம் அதைப் புரிந்துகொண்டு அதிலிருந்து விடுபடுவோம். நாம் 'உள்ளதை' உணர்ந்திருக்க வேண்டுமெனில், நாம் 'இப்படி ஆகிவிட வேண்டும், அப்படி ஆகிவிட வேண்டும்' என்ற விருப்பத்துடன் போராடுவதை நிறுத்திவிட வேண்டும்.

இலட்சியங்கள் நிகழ்காலத்தைப் பற்றிய புரிதலைத் தடுப்பதால், கல்வியில் அதற்கு இடமில்லை. எதிர்காலத்தைப் பற்றி கனவு காணாமல் நிகழ்காலத்திலிருந்து தப்பித்துப் போகாமலிருந்தால், 'உள்ளது' என்ன என்பதை நாம் நிச்சயம் உணர்வோம். நிகழ்காலத்தைத் தவிர்க்கும் ஆசை நம்மிடம் இருக்கிறது என்பதை நம் எதிர்காலக் கனவுகளும் நம் இலட்சியங்களும் தெளிவாகக் காட்டுகின்றன.

இலட்சிய மனோராஜ்யத்தை சமைப்பதற்கான (utopia) நம் நாட்டம் தனிமனிதனின் சுதந்திரத்தை மறுப்பதாக உள்ளது, இல்லையா? ஒரு இலட்சியத்தை பின்பற்றுவதும், ஒரு முன்மாதிரிப்படி நடப்பதும், எவ்வாறு இருக்க வேண்டும் என்பதற்கான சூத்திரம் ஒன்றை வைத்திருப்பதும் - இப்படிப்பட்ட வாழ்க்கை மேம்போக்கானதாகும், இயந்திர கதியில் இயங்குவதாகும்! நாம் வேண்டுவது இலட்சியவாதிகள் அல்லது இயந்திரகதியில் செல்லும் மனத்தையுடைய உருப்படிகள் அல்ல, அறிதிறன் கொண்ட, தளைபடாத மனிதர்களையே. குறைவிலா சமுதாயத்திற்கான திட்டம் ஒன்றை மட்டும் வைத்திருப்பது என்பது எதிர்காலத்தில் இப்படி இருக்க வேண்டும் என்பதற்காக, நிகழ்காலத்தின் 'உள்ளதை' புறக்கணித்துவிட்டு சண்டை போடுவதும் குருதி சிந்துவதுமாகும்.

மனிதர்கள் இயந்திரமென இயங்கும் உருப்படிகளாக, தானியங்கி இயந்திரங்களாக இருந்தால் எதிர்காலம் எப்படியிருக்கும் என்பதை இப்போதே எளிதாகத் தீர்மானித்து, அதற்கேற்ப ஒரு இலட்சிய சமுதாயத்திற்கான திட்டங்களை நம்மால் தீட்டமுடியும். பின்பு அதை அடைவதற்காக செயல்படமுடியும். ஆனால் மனிதர்கள் ஒரு வரையறுக்கப்பட்ட மாதிரிப்படி உற்பத்தி செய்யப்படும் இயந்திரங்கள் அல்லவே!

நிகழ்காலத்திற்கும் எதிர்காலத்திற்குமிடையே ஒரு மாபெரும் இடைவெளி இருக்கிறது. இந்த இடைவெளியில் ஒவ்வொருவரையும் பாதிக்கும் சக்திகள் செயல்படுகின்றன. நல்ல பயனைப் பெறுவதற்கு எதிர்காலத்தில் வாய்ப்பு உள்ளது என்ற ஊகத்தின் காரணமாய், நிகழ்காலத்தை எதிர்காலத்திற்காக பலியிடுகிறோம், தவறானப் பாதையில் செல்கிறோம். ஆனால் பாதைகளே முடிவை நிர்ணயிக்கின்றன; மேலும் மனிதன் இப்படித்தான் இருக்க வேண்டும் என்ற முடிவை எடுக்க நாம் யார்? எந்த உரிமையின் அடிப்படையில், அவனை ஒரு குறிப்பிட்ட முன்மாதிரிப்படி உருவாக்குவது? இந்த முன்மாதிரி ஏதோ ஒரு புத்தகத்திலிருந்து அறியப்பட்டிருக்கலாம் அல்லது நம் சொந்த பேராசைகள், நம்பிக்கைகள், அச்சங்கள் ஆகியவற்றால் நிர்ணயிக்கப்பட்டிருக்கலாம்.

அந்தக் கோட்பாடு எதிர்கால உன்னத சமுதாயத்தை கொண்டுவர சத்தியம் செய்யாதிருந்தாலும் சரியான கல்வி எந்தவொரு கருத்தியல் கோட்பாட்டிற்கும் உடன்பாடு கொண்டது அல்ல. அந்த முறை மிகக் கவனமாக சிந்திக்கப்பட்டு

வகுக்கப்பட்டிருந்தபோதிலும், சரியான கல்வி எந்த ஒருமுறையையும் அடிப்படையாகக் கொண்டதில்லை - சரியான கல்வி என்பது தனிமனிதனை ஏதோ ஒரு சிறப்பான பாணியில் கட்டுப்படுத்துவது என்பதில்லை. கல்வியின் உண்மையான அர்த்தம் என்னவெனில் தனிமனிதன் சிந்தனை முதிர்ச்சி அடைவதற்கும், சுதந்திரமாக வாழ்வதற்கும், அன்பிலும் பண்பிலும் மலர்வதற்கும் கல்வி உதவும் என்பதேயாகும். இத்தகைய கல்வியை அளிப்பதில்தான் நாம் அக்கறை கொள்ள வேண்டுமே யொழிய, மாணவனை ஏதோ ஒரு இலட்சியத்தின் மாதிரிப்படி வார்த்தெடுப்பதில் நம் அக்கறை இருக்கக் கூடாது.

மாணவர்களை அவர்தம் உளப்பாங்கு மற்றும் திறமைப்படி எந்த ஒரு கல்விமுறை பாகுபடுத்தி வகைப்படுத்துகிறதோ, அது, அவர்களின் வேறுபாடுகளையே வற்புறுத்துகிறது என்பதாகும். ஒருவர் மேல் இன்னொருவர் எதிர்ப்பு உணர்வு கொள்ளவும், சமுதாயத்தில் பிளவுகள் உண்டாக்கவும் இத்தகைய கல்விமுறை காரணமாகிறது. இது சுதந்திரமான, தளைபடாத மனிதர்கள் வளர்வதற்கு உதவியாக இல்லை. ஒரு குறிப்பிட்ட நெறிமுறையோ அல்லது அமைப்போ சரியான கல்வியைக் கொடுக்காது என்பது தெள்ளத்தெளிவு. ஒரு குறிப்பிட்ட நெறிமுறையை கடுமையாகக் கடைப்பிடிப்பது என்பது கல்வியாளரின் மந்தகதியைக் காட்டுவதாகும். கல்வியானது வறட்டுக் கொள்கைகளை அடிப்படையாகக் கொண்டிருக்கும் வரையில், அது திறமைசாலிகளை உருவாக்குமே தவிர, படைப்பாற்றல் கொண்ட மனிதர்களை உருவாக்காது.

அன்பு ஒன்று மட்டுமேதான் ஒருவரையொருவர் புரிந்துகொள்ளும்படி செய்யவல்லது. எங்கு அன்பு இருக்கிறதோ அங்கு உடனடியாக அடுத்தவருடன் ஒரே தளத்திலும் ஒரே நேரத்திலும் உடனடி தொடர்பு ஏற்படும். நாம் ஈரமற்றவர்களாகவும் வெறுமையாகவும் அன்பற்றவர்களாகவும் இருப்பதினால், நம் குழந்தைகளின் கல்வியையும், நம் வாழ்க்கை செல்லவேண்டிய திசையையும் நிர்ணயிக்க அரசாங்கங்களையும் அமைப்புகளையும் அனுமதித்துவிட்டோம். ஆனால், அரசாங்கங்கள் வேண்டுவது திறமையான தொழில்நுட்ப வல்லுநர்களை தானே தவிர மனிதர்களை அல்ல. ஏனெனில் அரசாங்கங்களுக்கும் நிறுவப்பட்ட மதங்களுக்கும், மனிதர்கள் அபாயமானவர்கள். எனவேதான் அரசாங்கங்களும், மதஅமைப்புகளும் கல்வியை தம் கட்டுப்பாட்டுக்குள் வைத்துக்கொள்ள முனைகின்றன.

வாழ்வை குறிப்பிட்ட ஒருமுறைக்கு ஏற்றபடி ஆக்கிவிட முடியாது. ஒரு சட்டத்திற்குள், அந்த சட்டம் எவ்வளவுதான் உன்னதமாக உருப்பெற்றிருந்தாலும், வாழ்க்கையை வலுக்கட்டாயமாக அதனுள் அடைத்து விட முடியாது. உலகாயத அறிவில் வெறுமனே பயிற்றுவிக்கப்பட்ட மனமொன்று, வாழ்க்கையை, அதன் பன்முகத் தன்மையோடும், அதன் நுண்மையோடும், அதன் ஆழத்தோடும் பார்த்து அதன் உச்சத்தை சந்திக்க இயலாது. ஒரு குறிப்பிட்ட சிந்தனை முறைப்படி அல்லது ஒரு குறிப்பிட்ட ஒழுங்கின்படி நாம் மாணவர்களைப் பயிற்றுவித்தால், துறைவாரியான பிரிவுகளில் குறிப்பிட்ட ஒரு பிரிவை அவர்கள்

சிந்திக்கும்படி கல்வி கற்பித்தால், நாம் அவர்களைச் சுதந்திரமான, சிந்தனையும் செயலும் ஒருங்கிணைந்த, முரண்பாடற்ற மனிதர்களாய் வளர்ச்சிப் பெறுவதைத் தடுத்துவிடுகிறோம் என்றாகிறது. இதனால் வாழ்வை முழுமையாக சந்திப்பதற்கான சிந்தனை இல்லாமல் அறிவுகூர்மையுடன் சிந்திக்க இயலாமல் மாணவர்கள் இருக்கிறார்கள்.

வாழ்க்கையை முழுமையாகச் சந்திக்கும் திறன் கொண்ட, சுதந்திரமான, தளைபடாத தனிமனிதனை உருவாக்குவதுதான் கல்வியின் உயர்ந்த செயல்பாடு. தனித்துறை வல்லுநரும், ஒரு இலட்சியவாதியைப் போல முழுமையாக எதையும் அணுக அக்கறைகொள்வ தில்லை, தான் நிபுணத்துவம் பெற்ற ஒரு பகுதியில் மட்டுமே அக்கறை கொண்டுள்ளார். ஒருவர் இலட்சிய முன்மாதிரி செயல்பாட்டை மேற்கொண்டு நடந்து கொண்டிருக்கும் வரை, அங்கே ஒருங்கிணைப்பு இருக்காது. பெரும்பாலான ஆசிரியர்கள், அன்பை ஒதுக்கிவிட்ட இலட்சியவாதிகளாக இருக்கிறார்கள். அவர்கள் வறண்டு போன மனங்களையும், ஈரமற்ற நெஞ்சங்களையும் கொண்டவர்களாகவே இருக்கிறார் கள். மாணவரை நன்கறிய வேண்டுமெனில், ஆசிரியர் விழிப்புள்ளவராகவும், கண்காணிப்பவராகவும், தன்னைப் பற்றிய விழிப்புணர்வு கொண்டிருப்பவராகவும் இருக்க வேண்டும். இதற்கு மிகப்பெரிய அளவில் அறிதிறனும் அன்பும் வேண்டும். ஒரு இலட்சியத்தை மாணவர் பின்பற்ற ஊக்குவிப்பதற்கு தேவைப்படும் அளவிற்கு மேலாகவும் இவற்றை ஆசிரியர் கொண்டிருக்க வேண்டும்.

கல்வியின் இன்னொரு செயல்பாடு புதிய விழுமியங்களை உண்டாக்குவதாகும். மாணவர் மனத்தில், ஏற்கெனவே இருக்கின்ற விழுமியங்களை வெறுமனே பதியவைப்பதும், இலட்சியங்களுக்கு ஏற்ப நடந்து கொள்ளும்படி சொல்வதும், அவன் அறிதிறனை விழித்தெழச் செய்யாமல் அவனை தளைபடுத்துவதாகும். கல்வி, இன்றைய உலக நெருக்கடியுடன் மிக நெருக்கமாக சம்பந்தப்பட்டிருக்கிறது. இன்றைய உலகளாவிய குழப்பத்தின் காரணங்களை காண்கின்ற ஆசிரியர், வரும் தலைமுறை மேலும் போராட்டத்தையும் அழிவையும் கொண்டு வராதபடிக்கு உதவி செய்ய மாணவனின் அறிதிறனை எப்படி எழுப்பவேண்டும் என்று தன்னைத் தானே கேட்டுக் கொள்ள வேண்டும். கல்வியாளர் தன் சிந்தனை முழுவதையும், அக்கறை அனைத்தையும், அன்பையும் சரியான சூழலையும் பள்ளியில் உண்டாக்குவதற்கு அளிக்க வேண்டும். மேலும், உள்ளவாறு புரிந்துகொள்வதை மாணவனிடம் வளர்க்க வேண்டும். அப்போது அந்த மாணவன், தன் வாழ்க்கையில் எதிர்படும் பிரச்சினைகளை அறிவுத் திறனோடு எதிர்கொள்ள இயலும். ஆனால் இவ்வாறு செயல்படுவதற்கு, கல்வியாளர், கருத்துக் கோட்பாடுகள், முறைகள், நம்பிக்கைகள் ஆகியவற்றை சார்ந்திராமல் தன்னைப் புரிந்துகொள்ள வேண்டியது மிகவும் அவசியம்.

நாம் கொள்கைகள் மற்றும் இலட்சியங்களின்படி சிந்திக்காமல் விஷயங்கள் உண்மையில் எப்படி இருக்கின்றன என்பதில் அக்கறைக் கொள்ள வேண்டும்.

செவ்விய கல்விமுறை

ஏனெனில் 'உள்ளதை'ப் பற்றி கருதுவதினாலே தான் அறிதிறன் விழிப்படைகிறது. எனவே கல்வி யாளரின் அறிதிறன், புதிய கல்வி கற்பிக்கும் முறையில் அவருக்கிருக்கும் திறமையைக் காட்டிலும் மிக முக்கியமானதாகும். நாம் ஒரு நெறிமுறையை - அது என்னதான் சிந்தனையும் புத்திகூர்மையுள்ள ஒருவரால் உருவாக்கி தரப்பட்டிருந்தாலும் - பின்பற்றினால் அந்த நெறிமுறை தான் முக்கியமாகிப் போய்விடும். மாணவர்கள் அதில் பொருத்தப்பட வேண்டியவர்கள் என்ற அளவிற்கு மட்டுமே முக்கியத்துவம் பெறுகிறார்கள். மாணவரின் அறிவுக்கூர்மையை அளவிட்டு அதன்படி அவர் வகைப்படுத்தப்படுகிறார். பின்பு, தயாரிக்கப் பட்டுள்ள அட்டவணையில் அவர் பெற்ற மதிப் பெண்ணிற்கு எந்த வகையோ, அவ்வகைக் கல்வி அவருக்குக் கற்பிக்கப்படுகிறது. இம்முறை ஆசிரியருக்கு சௌகரியமாக இருக்கலாம். ஆனால் ஒரு நெறிமுறையின் படி பயில்வதோ அல்லது கருத்துத் திணிப்பின்படி பயில்வதோ, முரண்பாடுகளற்ற, சுதந்திரமான, சிந்தனையாலும் செயலாலும் ஒருங்கிணைந்துள்ள மனிதனை உருவாக்காது.

சரியான வகை கல்வி, உள்ளபடி மாணவரைப் புரிந்து கொள்வதில்தான் இருக்கிறதே தவிர, மாணவர் எப்படி இருக்கவேண்டுமென நாம் வகுத்துக்கொண்ட இலட்சியத்தை அவன் மேல் திணிப்பதில் இல்லை. உயர்ந்த குறிக்கோள் என்ற சட்டத்திற்குள் அவனை வைப்பது என்பது அதிகாரங்களுக்குக் கீழ்ப்படிந்து ஒத்துப்போவதை அவனுள் ஊக்குவிப்பதாகும். இது அவனிடம் அச்சத்தை வளர்த்து, அவனுள் இடையறாத

போராட்டத்தை உண்டுபண்ணுகிறது. அந்தப் போராட்டம் என்னவென்றால் - அவன் என்னவாக இருக்கிறான் என்பதற்கும் அவன் என்னவாக இருக்க வேண்டும் என்பதற்கும் இடையே தோன்றும் ஓயாத போராட்டம். மனரீதியான போராட்டங்களின் வெளிப்பாடுகள் சமுதாயத்தில் வெடிக்கின்றன. உயர்ந்த இலட்சியங்கள் உண்மையிலேயே மாணவரை நாம் புரிந்துகொள்வதற்கும் மாணவர் தன்னை புரிந்து கொள்வதற்கும் தடையாகவே இருக்கின்றன.

பெற்றோர் தன் குழந்தையை உண்மையாகவே புரிந்துகொள்ள விரும்பும்போது அவனை உயர்ந்த குறிக்கோள் என்னும் திரைவழியே பார்ப்பதில்லை. தந்தை தன் குழந்தையிடம் அன்பு கொண்டுள்ளபோது, அவர் அவனை கூர்ந்து கவனிக்கிறார். அவன் சுபாவத்தை யும் அவன் மனோநிலைகளையும் அவனுக்கேயுரிய நடத்தைகளையும் ஆராய்கிறார். குழந்தையிடம் அன்பு கொள்ளாத தந்தைதான் அவன்மேல் ஓர் இலட்சியத்தைத் திணிக்கிறார். தான் அடைய விரும்பிய இலக்குகளை குழந்தை வழியாக நிறைவேற்றிக்கொள்ள முயலுகிறார். மகன் இப்படிப்பட்டவனாக அல்லது அப்படிப்பட்ட வனாக வேண்டும் என தந்தை விழைகிறார். ஒருவர், இலட்சியத்தை இலக்காகக் கொள்ளாமல், தன் குழந்தையிடம் அன்பு கொண்டால், குழந்தை, தன்னை உள்ளவாறு தானே புரிந்துகொள்வதற்கு அவர் உதவக் கூடிய சாத்தியம் உண்டு.

ஒரு குழந்தை பொய் சொல்கிறது என்று வைத்துக் கொள்வோம். அப்போது குழந்தையிடம் உண்மை

என்ற இலட்சியத்தைப் பற்றி விளக்கினால், அதனால் என்ன பலன்? அவன் ஏன் பொய் சொல்கிறான் என்பதின் காரணத்தைக் கண்டறிய வேண்டும். குழந்தைக்கு உதவ வேண்டுமெனில், அவனை கூர்ந்து கவனிப்பதற்கு நேரத்தை செலவழிக்க வேண்டும். இதற்கு பொறுமையும் அன்பும் அக்கறையும் கொண்டிருக்க வேண்டும். ஆனால் அன்போ, புரிதலோ இல்லையெனில், ஒரு வரைமுறைக்குள் நடக்க வேண்டுமென குழந்தை கட்டாயப்படுத்தப்படுகிறது. இந்த வரைமுறைக்குட்பட்ட செயற்பாட்டைத் தான் நாம் இலட்சியமென கொண்டாடுகிறோம்.

கோட்பாடுகளைக் கொண்டிருப்பது சௌகரியமாக தப்பிச் செல்ல உகந்த வழியாகிவிட்டது. கோட்பாடுகளை பின்பற்றும் ஆசிரியரால் தன் மாணவர்களைப் புரிந்து கொள்ளவும், அவர்களை புத்திசாலித்தனமாக நடத்தவும் இயலாது. ஏனெனில் ஆசிரியருக்கு எதிர்கால இலட்சியம், அடைய வேண்டிய இலக்கு என்பது நிகழ் காலத்தைவிட, மாணவரைவிட முக்கியமாக இருக்கிறது. ஓர் இலட்சியத்தை அடைய மேற்கொள்ளும் செயலில் அன்பு விலக்கப்படுகிறது. அன்பில்லாமல் எந்த ஒரு மனிதப் பிரச்சினையையும் தீர்க்க முடியாது.

நல்லாசிரியர், வழிமுறை ஒன்றைச் சார்ந்திராமல், தன் மாணவர் ஒவ்வொருவரையும் சிரத்தையுடன் கவனிப்பார். நாம் குழந்தைகளோடும் இளைஞர்களோடும் கொண்டுள்ள உறவில் நினைவில் வைத்துக்கொள்ள வேண்டியது என்னவெனில் நாம் உறவாடுவது எளிதில் பழுதுபார்க்கக்கூடிய இயந்திரங்களோடு அல்ல; மாறாக அவர்கள் ஜீவனுள்ள, எளிதில்

ஏற்றுக்கொள்ளும் தன்மை கொண்ட துடிப்பான, நுண்ணுணர்வுமிக்க, அச்சமும் பாசமும் கொண்ட இளம்வயதினர் என்பதை நினைவில் கொள்ள வேண்டும். எனவே அவர்களுடன் கூடிச் செயலாற்ற சிறப்பான புரிதலையும், பொறுமை மற்றும் அன்பின் வலிமையையும் நாம் கொண்டிருக்க வேண்டும். இவைகள் நம்மிடம் இல்லாதபட்சத்தில், நாம் உடனடியான, எளிதான தீர்வுகளைத் தேடிப்போகிறோம். அவைகள் நமக்கு வியத்தகு பலன்களைப் பெற்றுத்தரும் என்று எதிர்பார்த்துக் கொண்டிருக்கிறோம். நாம் விழிப்புணர்வு இல்லாமல், மனோபாவத்திலும் செயலிலும் இயந்திர கதியில் இயங்கினால், நம்மை கலக்கத்தில் ஆழ்த்துவதாகவும், இயந்திரத்தனமான எதிர்வினைகளால் (response) தீர்த்து வைக்க முடியாத தாகவும் உள்ள சவால்களை எதிர்கொள்ள முடியாமல், அவைகளிலிருந்து விலகிப் போய்விடவே போராடு கிறோம். இதுவே கல்வி விஷயத்தில் நமக்குள்ள பெரும் இடர்ப்பாடுகளில் ஒன்றாகும்.

கடந்த காலம், மற்றும் நிகழ்காலத்தின் தாக்கத்தின் விளைவாக இருக்கும் மாணவன் ஏற்கெனவே தளைபட்ட (conditioned) நிலையிலுள்ளான். கல்வியாளராகிய நம் பின்னணியையும் மாணவன்மீது திணித்தால், அவன் மேலும் தளைபட்டுப் போகிறான். எப்போது நம்முடைய கட்டுண்ட நிலையைப் புரிந்துகொண்டு, நாம் அதிலிருந்து விடுபடுகிறோமோ அப்போதுதான் அடிப்படை மாற்றம் ஏற்படும். நாமே கட்டுண்டு கிடக்கும்போது, சரியான வகை கல்வி எதுவென்ற விவாதமானது வீணானது, கொஞ்சமும் பயனற்றது.

வளரும் பருவத்தில், குழந்தைகளின் ஆரோக்கியத்தைப் பேணுவதும், உற்ற துணையாய் இருப்போம் என்ற நம்பிக்கையை அவர்களுக்கு அளிப்பதும் நாம் செய்ய வேண்டியதுதான். ஆனால் துரதிருஷ்டவசமாக நாம் அதோடு நின்றுவிடுவதில்லை; நாம் நமது சொந்த பேராசைகள் மற்றும் எண்ணங்களுக் கேற்ப அவர்களின் சிந்தனை மற்றும் உணர்வுகளை உருவாக்க முயல்கிறோம். நாம் அடைய விரும்பியும் அடைய முடியாதவைகளை அவர்கள் மூலம் நிறைவேற்றிக் கொண்டு நம்மை நாமே நீட்டித்துக் கொள்ள முயற்சிக்கிறோம். நாம் அவர்களைச் சுற்றி சுவர்களை எழுப்புகிறோம். நம் நம்பிக்கைகள், கோட்பாடுகள், அச்சங்கள், எதிர்பார்ப்புகள் ஆகியவற்றால் அவர்களைச் சுதந்திரமில்லாமல் கட்டுண்டு கிடக்கச் செய்கிறோம். இவ்வாறெல்லாம் செய்துவிட்டு பிறகு, அவர்கள் போரில் கொல்லப்பட்டாலோ, உடல் ஊனமுற்றாலோ அல்லது வாழ்க்கையில் துயருற்றாலோ அவர்களுக்காக பிரார்த்தனை செய்கிறோம்.

இத்தகைய வாழ்க்கையனுபவங்கள் விடுதலையைக் கொண்டு வராது; மாறாக அவை 'தான்' என்ற எண்ணத்தை வலிமையாக்குகின்றன. 'தான்' எனும் அகந்தை சுயபாதுகாப்பு போன்ற தன்னலம் காக்கும் எதிர்வினைகளின் தொடர்ச்சியினால் உருவாக்கப் பட்டது. அது தன்னையே முன்னிறுத்திக் கொள்வதிலும், தனக்கு திருப்தி தருபவற்றில் தன்னை அடையாளம் காண்பதிலும் நிறைவு கொள்கிறது. நாம் நம் அனுபவத்தை 'நான்', 'என்னுடையது' என மொழிபெயர்த்து கொண்டிருக்கும்வரை, 'நான்' என்ற அகந்தை,

எதிர்வினைகளால் தன்னை நிலை நிறுத்திக் கொள்ளும் வரை, அனுபவங்களை போராட்டம், குழப்பம் மற்றும் வலியிலிருந்து விடுவிக்க முடியாது. ஒருவர், 'தான்' அதாவது 'அனுபவிக்கிறவர்' என்ற தன் எண்ணம் செயல்படும் வழிகளை புரிந்துகொண்டாலொழிய, அதிலிருந்து அவருக்கு விடுதலை கிடைக்காது. ஞாபகங்கள் மற்றும் சுயபாதுகாப்பின்பாற்பட்ட எதிர்வினைகளின் தொகுப்பாக இருக்கும் 'தான்', அனுபவிப்பவராக இல்லாதிருக்கும்போது மட்டுமே, அனுபவம் முற்றிலும் வேறுபாடான முக்கியத்துவம் பெறுகிறது, புதிய படைப்பாகிறது.

மிகுந்த இன்னல்களுக்குக் காரணமாயிருக்கும் 'தான்' செயல்படும் வழிகளிடமிருந்து, குழந்தையைக் காப்பாற்ற வேண்டுமெனில், குழந்தையிடம் நாம் கொண்டுள்ள மனோபாவத்தையும் உறவையும் ஆழமாக மாற்ற நாம் முற்பட வேண்டும். பெற்றோர்களும் கல்வியாளர்களும் தம் சிந்தனையாலும் நடத்தையாலும், குழந்தையிடம் விழிப்புணர்வைத் தூண்டி, அவன் அன்பிலும் நற்பண்பிலும் மலர்ந்து சுதந்திரமாக வளர உதவமுடியும்.

தற்போதைய கல்வியானது, சுவீகரிக்கப்பட்ட குணங்களும் சூழ்நிலை உந்துதல்களும் நம் இதயத்தையும் சிந்தனையையும் தளைபடுத்தி பயத்தைத் தோற்றுவிக்கிறது என்பதையும் அவை நம்மீது ஏற்படுத்தும் பாதிப்புகளையும் நாம் புரிந்துகொள்ள நம்மை ஊக்குவிப்பதில்லை. எனவே இந்தக் கட்டுப்பாடுகளைத் தகர்த்து தளைபடாத, சுதந்திரமான மனிதர்களை

உருவாக்க இக்கல்விமுறையால் முடியவில்லை. மனிதனின் பூரணத்துவத்திற்கு அக்கறை காட்டாமல் ஒரு பாகத்திற்கு மட்டுமே அக்கறை கொண்டிருக்கும் எந்தக் கல்வி முறையும் பெருகிக் கொண்டே போகும் போராட்டத்திற்கும் துயரத்திற்கும் தான் கொண்டு செல்லும்.

தனிமனிதனின் சுதந்திரத்தில்தான் அன்பும் நற்பண்பும் மலரும். சரியான கல்வி மட்டும்தான் இச்சுதந்திரத்தை வழங்கமுடியும். இன்றைய சமூகத்திற்கு ஒத்துப்போவதோ அல்லது எதிர்காலத்தில் கனவுலக சொர்க்கபுரி உருவாகும் என்பதற்கான உறுதிப்பாடோ தனிமனிதனுக்கு நுண்ணுணர்வை (insight) வழங்க இயலாது. இந்த நுண்ணுணர்வு இல்லாத படியால் அவன் எப்போதும் பிரச்சினைகளை உண்டுபண்ணிக் கொண்டிருக்கிறான்.

சுதந்திரத்தின் உள்ளார்ந்த பண்பைப் பற்றி அறிந்துகொண்ட சரியான கல்வியாளர், ஒவ்வொரு மாணவனும் அவனால் முன்னிலைப்படுத்தப்பட்ட விழுமியங்களையும் சுமைகளையும் கூர்ந்துநோக்கவும் புரிந்துகொள்ளவும் உதவுகிறார். மனதை வரம்புக்குள் அடைத்து அச்சத்தை வளர்க்கும் தளைகளைப் பற்றியும், ஆசைகளைப் பற்றியும் மாணவன் விழிப்புணர்ந்துக் கொள்வதற்கு அவர் உதவுகிறார். மாணவர், வாலிபனாக வளர்ந்து வருகையில் உலகில் எல்லாவற்றுடனும் தான் கொண்டுள்ள உறவின் தன்மையைக் கூர்ந்து பார்த்து, அதன் மூலம் தன்னையே புரிந்துகொள்ள ஆசிரியர் உதவுகிறார். தன்

விருப்பங்களையெல்லாம் நிறைவேற்றிக்கொள்ள வேண்டும் என்ற ஆசை வெறியே முடிவிலா போராட்டத்தையும் துயரத்தையும் கொண்டு வருகிறது என்பதை, உறவுகளைப் புரிந்துகொள்வதால், மாணவர் உணர்ந்துகொள்ள முடியும்.

கட்டுப்பாடுகளை விதிக்காமலேயே, வாழ்வின் நிலைபேறுடைய விழுமியங்களை தனிமனிதன் புரிந்து கொள்ள உதவ முடியும். இத்தகைய புரிதலோடு கூடிய வளர்ச்சி, குழப்பத்தை விளைவிக்கும் என சிலர் சொல்லக்கூடும். ஆனால், அப்படி நிகழுமா? ஏற்கெனவே உலகத்தில் குழப்பம் இருக்கிறது. குழப்பம் வந்ததற்குக் காரணம், தனிமனிதன் தன்னைப் புரிந்துகொள்ளும்படிக்கு கல்வி அளிக்கப்படவில்லை என்பதே. அவனுக்கு மேலெழுந்தவாரியாக சுதந்திரம் வழங்கப்பட்டு கூடவே சம்பிரதாயங்களுடன் ஒத்துப் போகவும், நிலவும் விழுமியங்களை ஏற்றுக் கொள்ளவும் கற்பிக்கப் பட்டுள்ளான்.

சமுதாயம் விதிக்கும் கடுமையான கட்டுப்பாட்டை எதிர்த்து பலர் கிளர்ச்சி செய்கின்றனர்; ஆனால் துரதிருஷ்டவசமாக, இத்தகைய கிளர்ச்சியும் கிளர்ச்சி யாளர்கள் தங்களை திருப்திப்படுத்திக் கொள்ளும் எதிர்வினையாகவே இருப்பதால், வாழ்க்கையிலுள்ள இருளை இது மேலும் பரப்பவும் நீட்டிக்கவும் செய்கிறது. மனித மனமானது எதிர்வினை புரியும் தன்மையது என்று உணர்ந்த சிறந்த கல்வியாளர், சம்பிரதாயங்களுக்கு எதிராகக் கிளர்ச்சி செய்து மாற்றம் ஏற்படுத்த எண்ணாமல், வாழ்வின் முழுப்பரிமாணத்தை

யும் மாணவன் புரிந்து கொள்வதின் மூலமாக மாணவனிடம் புதியதோர் மாற்றம் பிறக்க உதவுவார். தளைபடாத, அச்சமற்ற, சுதந்திர நிலையை, கல்வி, தனிமனிதர்களுக்குப் பெற்றுத்தராத வரை மனிதர்களிடையே முழு கூட்டுறவுக்கு சாத்தியமில்லை.

நம்மாலோ அல்லது வரும் தலைமுறைகளாலோ, சரியான கல்வி மூலம் மனித உறவில் ஓர் அடிப்படையான திருத்தத்தைக் கொண்டுவர முடியும் என்று ஏன் நாம் நம்ப மறுக்கிறோம்? நாம் அதற்கான முயற்சியை மேற்கொள்ளவே இல்லை. நம்மில் பெரும்பாலோர் சரியான வகைக் கல்வி பற்றி அச்சம் கொண்டிருக்கிறோம், முயற்சி எடுக்கவும் மனமின்றி இருக்கிறோம். இதைப் பற்றி முழுவதும் ஆராய்ந்து விசாரிக்காமல் மனிதத் தன்மையை மாற்றவே முடியாது என நாம் துணிந்து கூறுகிறோம். இன்றைய சமூக அமைப்பை ஏற்றுக் கொள்வதோடு, அதில் பொருந்தியிருக்க குழந்தையை ஊக்குவிக்கிறோம். தற்போதைய சமுதாய வாழ்க்கை வழிகளுக்கு கட்டுண்டு வளர குழந்தையை வலியுறுத்துகிறோம். அதனால் நல்லது நடக்குமென எதிர்பார்க்கிறோம். போரையும் பட்டினியையும் விளைவிக்கும் சமுதாய விழுமியங்களை ஏற்று நடக்குமாறு அறிவுறுத்துவதை கல்வி எனக் கருதுவது சரியா?

சமுதாய சம்பிரதாயங்களுக்கு கட்டுப்பட்ட நிலையே அறிதிறனையும் மகிழ்ச்சியையும் கொண்டு வரும் என நம்மை நாமே ஏமாற்றிக்கொள்ள வேண்டாம். நாம் தொடர்ந்து அச்சத்துடனும், அன்பின்றியும், நம்பிக்கையற்றும் அக்கறையின்றியும்

இருந்தோமானால், தனிமனிதன் அன்பிலும் நற் பண்பிலும் மலர்வதை ஊக்குவிப்பதில் நாம் அக்கறை யற்று இருக்கிறோம் என்று பொருள். நம்மீது நாமே சுமத்திக் கொண்ட பாரத்தை, இன்னல்களை, மாணவன் தொடர்ந்து சுமப்பதையே நாம் விரும்புகிறோம் என்றும் பொருள்படுகிறது.

தற்போதைய சூழலை ஏற்றுக்கொள்ளுமாறு மாணவனை கட்டுப்படுத்துவது முட்டாள்தனம் என்பது மிகத் தெளிவாகவே தெரிகிறது. நாமாகவே கல்வியில் அடிப்படை மாற்றம் கொண்டு வராதவரையில், உலகில் குழப்பமும் துயரும் தொடர்ந்து இருப்பதற்கு நாம் நேரடியாகப் பொறுப்பாவோம். இறுதியில் கொடுமை யான மிருகத்தனமான புரட்சி வெடித்து, அதிகாரத்திற்கு வந்த புதிய கும்பல் சுரண்டுவதற்கும், இரக்கமில்லாமல் நடந்துகொள்வதற்கும், வாய்ப்பு ஏற்படும். அதிகாரத் திலிருக்கும் ஒவ்வொரு குழுவும் தனக்கேயுரிய அடக்கு முறைகளை வகுத்துக் கொள்கிறது. மனோரீதியாக வழிக்குக் கொண்டு வந்தோ, அல்லது, மிருகத் தனமான வன்முறையாலோ, மக்களை பணிய வைக்கிறது.

தற்போதைய சமூகச் சூழலில், அரசியல் மற்றும் தொழில் வளர்ச்சியால் கட்டுப்பாடு என்பது முக்கிய மான அம்சமாகிவிட்டது. எனவே நாம் உளரீதியான பாதுகாப்பை விழைவதினால், பல்வேறு கட்டுப்பாடு களை ஏற்றும், பழக்கப்படுத்தியும் கொள்கிறோம். கட்டுப்பாடு, பலன் அளிக்க உத்திரவாதம் கொடுக்கிறது. எனவே நமக்கு வழிமுறையைவிட, பலனே அதிக முக்கியத்துவம் பெறுகிறது. ஆனால், வழிமுறையே பலனை நிர்ணயிக்கிறது.

ஒழுங்குக் கட்டுப்பாட்டினால் வரும் அபாயங்களில் ஒன்று என்னவென்றால் நெறிமுறையானது, அதை ஏற்றுக்கொண்டிருக்கும் மனிதர்களைவிட முக்கியத்துவம் பெற்றுவிடுவதுதான். ஆக, அன்பிற்குப் பதிலாக கட்டுப்பாடு என்றாகிவிடுகிறது. நம் இதயங்கள் வெறுமையாக இருப்பதால் கட்டுப்பாட்டை பிடித்துக் கொண்டிருக்கிறோம். ஒழுங்குக் கட்டுப்பாட்டினாலோ, கட்டுப்பாட்டை ஏற்றுக்கொள்ள மறுப்பதினாலோ வருவது அல்ல சுதந்திரம். அது ஒரு குறிக்கோளோ, சாதிக்க வேண்டிய இலக்கோ அல்ல. சுதந்திரம் தொடக்கத்திலேயே இருப்பது, முடிவில் பெறப்படுவதல்ல; அது தொலைதூர இலட்சியத்தில் இருப்பதும் இல்லை.

தன்னைத் திருப்திப்படுத்திக் கொள்வதற்கான வாய்ப்பாகவோ அல்லது மற்றவர்கள் நலனைப் புறக்கணிப்பதற்கான வாய்ப்பாகவோ சுதந்திரம் இல்லை. மாணவர் நலனில் உண்மையான அக்கறை கொண்டுள்ள ஆசிரியர், விழுமிய சுதந்திரத்தை, மாணவன் பெற்று வளர்வதற்கான அனைத்து உதவியையும் செய்வார். ஆனால், அவரே ஓர் இலட்சியப் போதையில் இருப்பவராக, பிடிவாதம் மிக்கவராக, தன்னை மேம்படுத்திக் கொள்பவராக இருந்தால், அவரால் மாணவருக்கு உதவ இயலாது.

மென்னயவுணர்வை (sensitivity) கட்டாயத்தின் மூலம் விழிப்படையச் செய்யமுடியாது. ஒருவர் அழும் குழந்தையின் ரகளையை நிறுத்தி அவனை அமைதிப் படுத்தலாம். ஆனால் எது அவன் பிடிவாதத்திற்கு,

ஆர்ப்பாட்டத்திற்கு காரணமோ அதை அவரால் கண்டுகொள்ள முடிவதில்லை. கட்டாயப்படுத்துவது எதிர்ப்பையும் அச்சத்தையும் வளர்க்கிறது. செயலுக்குரிய வெகுமதியோ தண்டனையோ எதுவாயிருப்பினும் அது எந்த விதத்தில் இருப்பினும், அது அடிமையுணர்வுக்கும் மந்தவுணர்வுக்கும் மனதை உட்படுத்துகிறது. இதைத் தான் நாம் விரும்புகிறோம் என்றால், கல்வியை கற்பிக்க கட்டாய வழியே சிறந்தது.

ஆனால் இப்படிப்பட்ட கல்வியானது மாணவனைப் புரிந்துகொள்ள நமக்கு உதவாது; பிரிவினையும் வெறுப்பும் இல்லாத சரியான சமூகச் சூழலை உருவாக்கவும் அது உதவாது. குழந்தையிடம் அன்பு என்றால் சரியான கல்வியை குழந்தைக்குக் கொடுப்பது என்று பொருள். ஆனால் நம்மில் பலர் நம் குழந்தைகளின் மேல் அன்பு கொள்வதில்லை; மாறாக அவர்கள் பொருட்டு பேராசை கொண்டு இருக்கிறோம் - நாமே பேராசைக்காரர்களாக இருக்கிறோம். துரதிருஷ்டவசமாக, நாம், மனதின் எண்ணவோட்டங்களில் மட்டுமே எப்போதும் ஈடுபட்டுக் கிடப்பதினால் இதயத்தின் தூண்டுதல்களைக் கேட்க நமக்கு நேரமே இல்லாமல் போய்விட்டது. ஒழுங்குக் கட்டுப்பாடு என்பது கட்டுப்பாட்டிற்கு எதிர்ப்பு உள்ளதை மறைமுகமாகச் சுட்டுகிறது. எனவே, எதிர்ப்புணர்ச்சி, அன்பைக் கொண்டு வருமா? ஒழுங்குக் கட்டுப்பாடு நம்மைச் சுற்றி தடுப்புச் சுவர்களை மட்டுமே எழுப்பும்; அது எப்போதும் ஒதுக்கித்தள்ளும் பாங்குடையது. எப்போதும் சச்சரவை ஏற்படுத்திக்கொண்டே

செவ்விய கல்விமுறை

இருக்கும். புரிதலுக்கு (understanding) ஒழுங்குக் கட்டுப்பாடு உகந்தது அல்ல. புரிதல், உள்ளதை உள்ள வாறு பார்த்தறிவதால் வருவது; மனத்தின் விருப்பு வெறுப்புகளை ஒதுக்கிவிட்டு நடத்தப்படும் விசாரணை யால் வருவது, புரிதல்.

ஒழுங்குக்கட்டுப்பாடு குழந்தையை அடக்கி வைப்பதற்கான எளிதான வழியாகும். ஆனால் அது வாழ்க்கையிலிருக்கும் பிரச்சினைகளை அவன் புரிந்து கொள்வதற்கு உதவாது. அதிக எண்ணிக்கையில் மாணவர்களைக் கொண்ட ஒரு வகுப்பறையில் ஒழுங்கையும் பாசாங்கான அமைதியையும் கொண்டு வர ஏதோ ஒருவகைக் கட்டுப்பாடு, வெகுமதி/ தண்டனை போன்ற வழிமுறைகள் தேவைப்படலாம். ஒழுங்குக் கட்டுப்பாடு என்று மரியாதையாக அழைக்கப்படும் இந்த அடக்குமுறை, குறைந்த எண்ணிக்கையில் மாணவர்களையும், சிறந்த ஆசிரியர்களையும் கொண்ட பள்ளியில் தேவைப் படுமா? வகுப்புகளில் குறைந்த எண்ணிக்கையில் மாணவர்கள் இருக்கும்பட்சத்தில், ஆசிரியர் ஒவ்வொரு மாணவனின்மீதும் முழு கவனத்தைச் செலுத்த முடியும், கூர்ந்து கவனித்து அவர்களுக்கு உதவி செய்ய முடியும். அவ்வாறிருக்கும் போது கட்டுப்பாடு அல்லது அதிகாரம் செலுத்துவது என்பது அவசியமற்றதாகிறது. அப்படிப்பட்ட வகுப்பில், மாணவன் ஒருவன் ஒழுக்கமில்லாமல் தொடர்ந்து நடப்பானாயின், தகாத சேட்டைகளைச் செய்துகொண்டிருப்பானாயின், கல்வியாளர், அவனது ஒழுக்கமற்ற நடத்தைக்குக்

காரணம் என்ன என்பதை விசாரித்தறிய வேண்டும். தவறான உணவு, தேவையான ஓய்வு இல்லாமை, குடும்பச் சண்டைகள் அல்லது மறைந்து கிடக்கும் அச்சம் ஆகியவை அதற்குக் காரணமாக இருக்கலாம்.

சுதந்திரத்தையும் அறிதிறனையும் வளர்த்தலே சரியான கல்வியின் உட்பொருளாக அமைந்துள்ளது. கல்விமுறையில் நிர்ப்பந்தம், அதனுடன் வரும் அச்சங்கள் - எந்த வடிவத்தில் அவை இருந்தாலும் - சுதந்திரத்தையும் அறிதிறனையும் வளர்ப்பது சாத்தியப் படாது. கல்வியாளரின் அக்கறை, மாணவன், அவன் தன் முழு இருப்பின் சிக்கல்களைப் புரிந்துகொள்ளும் படி உதவுவதுதான். அவனை, தன் சுபாவத்தின் ஏதோ ஒரு பகுதியின் நன்மைக்காக மற்றொரு பகுதியை அடக்கி விட வேண்டுமென கோருவது, அவனுக்கு முடிவில்லாத போராட்டத்தை உண்டாக்குவதாகும். இது எதிர்காலத்தில், தீவிரவாதமாக வெடிக்கிறது. ஒழுங்கைக் கொண்டு வருவது அறிதிறன் மட்டுமே; கட்டுப்பாடு அல்ல.

சரியான கல்விமுறையில் ஒத்துப்போவதற்கும் கீழ்ப்படிதலுக்கும் இடம் இல்லை. ஆசிரியருக்கும் மாணவனுக்கும் இடையே அன்பு இல்லையென்றால், ஒருவர் இன்னொருவரை மதிப்பது இல்லை என்றால், அவர்களிடையே உறவு இருக்காது. பெரியவர்களுக்கு குழந்தைகள் மரியாதை காட்ட வேண்டும் என்பது பொதுவான பழக்கமாகிவிட்டது. அதனால் மேல் பூச்சாக மரியாதை காட்டுவது மற்றும் பயத்தினால் மரியாதை கொடுப்பது என்ற நிலை உருவாகிவிட்டது.

ஆசிரியர் - மாணவர் இடையே உண்மையான மரியாதையும் மதிப்பும் இல்லையெனில் அவர்களிடையே உறவு வளராது. குறிப்பாக ஆசிரியர், அறிவு அளிக்கும் வெறும் கருவியாக மட்டுமே ஆகிவிட்டால், உண்மை உறவு மலர, வாய்ப்பே இல்லை.

மாணவர்களைக் கொஞ்சமும் மதிக்காத ஆசிரியர், மாணவர்கள் தன்னிடம் மரியாதைக் காட்ட வேண்டும் என்று அதிகாரத்தோடு கேட்கும்போது, அது அலட்சியப் போக்கையும் மதிக்காத தன்மையையும் மாணவர்களிடம் ஏற்படுத்தும். மானுடத்தை மதிக்காத அறிவு, அழிவுக்கும் துயரத்திற்கும் இட்டுச் செல்லும். பிறரை மதிக்கும் பண்பை வளர்ப்பதே சீரிய கல்வியின் முக்கியமான பகுதியாகும். ஆனால், கல்வியாளரிடமே இந்தப் பண்பு இல்லாமல் போகுமானால், ஒருங் கிணைந்த வாழ்க்கையை மாணவன் மேற்கொள்வதற்கு அவரால் உதவ முடியாது.

அறிதிறன் என்பது இன்றியமையாததைப் பற்றிய பகுத்தறிவாகும். இப்படி பகுத்தறிவதற்கு, மனம், தன் பாதுகாப்பிற்காகவும் சௌகரியத்திற்காகவும் முன்னிலைப்படுத்தும் தடைகளிலிருந்து விடுதலை பெற்றிருக்க வேண்டும். மனம் பாதுகாப்பை தேடிக் கொண்டிருக்கும் வரையில் அச்சம் இருந்தே தீரும். மனிதர்களை கடும் கட்டுப்பாட்டிற்குள்ளாக்கும்போது கூர்மையான விழிப்புணர்வும் அறிதிறனும் அழிக்கப் படுகின்றன.

கல்வியின் குறிக்கோள் சரியான உறவை வளர்ப்ப தாகும். மனிதர்களிடையே மட்டுமல்லாமல் தனி

மனிதனுக்கும் சமூகத்திற்கும் இடையேயும் உறவை வளர்ப்பதாகும். எனவேதான் மற்ற எல்லாவற்றிற்கும் மேலாக, கல்வியானது, தனிமனிதன் தன் மனதின் நடவடிக்கைகளைப் புரிந்துகொள்ள அவனுக்கு உதவவேண்டும். விழிப்புணர்வின் மூலம் தன்னை அறிந்துகொண்டு, தனக்கு மேலும் அப்பாலும் கடந்து செல்வதில்தான் அறிதிறன் இருக்கிறது. அச்சம் இருக்கும் வரையில் அறிதிறன் இருக்கவே முடியாது. அச்சம் அறிதிறனை வக்கிரமடையச் செய்கிறது; சுயநலச் செயல்பாட்டிற்கு அச்சம் ஒரு காரணமாகும். ஒழுங்கு கட்டுப்பாடு, அச்சத்தை அடியோடு ஒழித்துவிடாது. தற்போதைய கல்வி அளிக்கும் மேலோட்டமான அறிதிறன், அச்சத்தை அழிக்காமல், அதை மேலும் மூடி மறைக்கும்.

இளமையிலேயே வீட்டிலும், பள்ளியிலும் நம் மனதுள் அச்சவுணர்வு பதிக்கப்படுகிறது. பெற்றோர்களுக்கோ அல்லது ஆசிரியர்களுக்கோ குழந்தைப் பருவத்தின் இயல்பான அச்சங்களைப் போக்குவதற்கான பொறுமை, நேரம் அல்லது விவேகம் இல்லை. இந்த அச்சங்களில் நாம் வளர்ந்து வருகையில் நம் மனப்பாங்கினையும் தீர்மானங்களையும் அச்சவுணர்வு நிர்ணயிக்கிறது. அதனால் பல பிரச்னைகள் எழுகின்றன. அச்சம் என்ற விஷயம் பற்றி சரியான கல்வி முறையானது முக்கிய கவனம் செலுத்த வேண்டும். ஏனெனில், அச்சம்தான் வாழ்க்கைப் பற்றிய நம் பார்வையைக் கோணலாக்கி விடுகிறது. அச்சமற்று இருப்பதே விவேகத்தின் ஆரம்பம்; சரியான கல்வி

ஒன்று மட்டுமே அச்சத்திலிருந்து நம்மை விடுவித்து, சுதந்திரத்தை கொண்டுவரும். இந்தச் சுதந்திரத்தில் தான், ஆழமான ஆக்கப்பூர்வமான அறிதிறன் மலரும்.

செய்யப்பட்ட செயலுக்கான வெகுமதி அல்லது தண்டனை என்ற நடைமுறை, தன்முனைப்பையே வலிமைப்படுத்தும். பிறர் பொருட்டு செய்யப்படும் எந்த செயலும், அது கடவுளின் பெயரால் செய்யப் பட்டாலும் அல்லது நாட்டின் பெயரால் செய்யப் பட்டாலும், அச்சத்தையே கொடுக்கும். அச்சம், சரியான செயலுக்கு அடிப்படை ஆகாது. பிறர் உணர்வுகளுக்கு மதிப்பளித்து மரியாதையுடன் நம் குழந்தை நடந்துக்கொள்ள வேண்டும் என்ற எண்ணத் தில் இனிமையாகப் பேசி லஞ்சம் அளிப்பதுபோல் அன்பைக் காட்டி குழந்தையை இசைய வைக்காமல், நேரம் செலவழித்து, பொறுமையாக, பிறர் உணர்வை மதிக்கும் பண்பின் வழிகளை குழந்தைக்கு விளக்கிச் சொல்ல வேண்டும்.

மற்றவருக்கு மதிப்பு கொடுத்தால் பரிசு பெறலாமென்பதற்காக மதிப்பு அளித்தால், அங்கு உண்மையில் மதிப்பு அளிக்கப்படவில்லை. ஏனெனில் அங்கு பரிசு என்ற இலஞ்சமோ அல்லது தண்டனையோ, மதிக்கும் உணர்வைவிட மிகமிக முக்கியமாகி விடுகிறது. ஒழுங்காக நடந்தால் வெகுமதி, நடக்க வில்லையென்றால் தண்டனை என்று குழந்தைகளை மிரட்டினால், நாம் அவர்களிடம் அச்சத்தையும் பொருளாசையையும் வளர்த்தவர்களாவோம். பலனை எதிர்பார்த்தே செயல்படும்படி நாம்

வளர்க்கப்பட்டதால், எந்தப் பயனையும் கருதாது செயலாற்ற முடியும் என்பதை நாம் பார்ப்பதில்லை.

உந்துதல் மூலமாகவோ அல்லது மிரட்டல் மூலமாகவோ வளர்க்காமல், பிறர் உணர்வை மதிக்கும் பண்பையும் பிறருக்குக் காட்டும் பரிவையும் மாணவர் களிடம் சீரிய கல்வி ஊக்குவிக்கிறது. நாம் உடனடி பலன்களைத் தேடாமல் இருப்போமானால், ஆசிரியரும் மாணவரும் தண்டனை என்ற அச்சத் திலிருந்தும், வெகுமதி என்ற நம்பிக்கையிடமிருந்தும், அனைத்து வகை கட்டாயப்படுத்தும் நிர்ப்பந்தங் களிலிருந்தும் விடுபட்டிருக்க வேண்டும் என்பது எவ்வளவு முக்கியம் என்பதை நம்மால் காணமுடியும். உறவில் அதிகாரம் ஒரு கூறாக இருக்கும் வரை கட்டாயப்படுத்துதல் இருந்தே தீரும்.

நம் சொந்த இலாபம், உள்நோக்கம் ஆகியவற்றை மனத்தில் கொண்டு அதிகாரத்திற்குக் கீழ்ப்படிந்து நடப்பதால் பல சாதகங்கள் கிடைக்கும்தான். ஆனால் தனிமனிதனின் முன்னேற்றம் மற்றும் இலாபம் ஆகியவற்றை அடிப்படையாகக் கொண்டிருக்கும் கல்வியால் போட்டி, பகைமை, கொடூரம் ஆகியவை தலைவிரித்தாடும் ஒரு சமூக அமைப்பைத்தான் உருவாக்க முடியும். இப்படிப்பட்டதோர் சமுதாயத் தில் வளர்க்கப்பட்டுள்ள நம்மிடம் உள்ள பகைமையும் குழப்பமும் தெளிவாகவே தெரிகின்றன.

குரு, மத நூல், அரசியல் கட்சி ஆகியவற்றின் அதிகாரத்திற்கு ஏற்ப நடந்துகொள்ளும்படியாகத்தான்

நாம் வளர்க்கப்பட்டிருக்கிறோம். ஏனெனில் அப்படி நடந்து கொள்வது லாபகரமானதாக உள்ளது. வாழ்க்கையின் ஒவ்வொரு துறையில் வல்லுநராக இருப்பவர்களும், பாதிரியார் முதல் அரசாங்க அதிகாரி ஈறாக, எல்லோருமே நம் மேல் அதிகாரம் செலுத்து கிறார்கள்; நம்மேல் ஆதிக்கம் செலுத்தி அடிபணிய வைக்கிறார்கள். சமுதாயத்தின் பொதுநலத்திற்கு இன்றியமையாத, உறவில் இணைந்து போகும் பண்பை, எந்த அரசும், ஆசிரியரும், அதிகாரத்தின் மூலம் கொண்டு வரமுடியாது.

மனிதரிடையே சிறந்த உறவு இருக்க வேண்டு மெனில், எந்தவிதமான கட்டாயமோ அல்லது இணங்க வைப்பதற்கான முயற்சியோ இருக்கக்கூடாது. அதிகாரத் திலிருப்பவருக்கும், அதிகாரத்திற்கு அடங்கி நடக்க வேண்டியவர்களுக்குமிடையே எப்படி நேசமும் உண்மையான கூட்டுறவும் இருக்க முடியும்? உணர்ச்சி வயப்படாமல், அதிகாரமும், மற்றும் அதன் உட்பொதிந்திருக்கின்ற பலவற்றையும் சிந்தித்துப் பார்த்தால், அதிகாரத்தை அடைவதற்கான விருப்பமே அழிவிற்கான செயல்பாடு என்பதையும் அதிகாரம் எப்படி உருவாக்கப் பெறுகிறது என்பதையும் முழுவது மாக புரிந்துகொள்ள முடியும். எந்தக் கணம் அதிகாரத்தை துறந்து விடுகிறோமோ அப்போதே நாம் கூட்டாளிகளாக ஆகிவிடுகிறோம். அப்போதே அங்கே கூட்டுறவும், நேசமும் வந்து விடுகின்றன.

கல்வியின் மெய்யான பிரச்சினை கல்வியாளரே. அதிகாரத்தினை, தன்னை வெளிப்படுத்துவதற்கான ஒரு

வழியாக ஆசிரியர் கைக்கொள்வாராகில், கற்பித்தல் என்பது தன் அகங்காரத்தை திருப்திபடுத்தும் செயலாகக் கருதி அவர் செயல்பட்டால், சில மாணவர்களைக் கொண்ட சிறிய வகுப்புக்கூட, ஆசிரியரின் அந்தஸ்தை உயர்த்தும் கருவியாக மாறிவிடும். அதிகாரத்தின் முடமாக்கும் விளைவுகளைப் பற்றி வெறுமனே அறிவுபூர்வமாகவோ அல்லது ஒப்புதல் வாக்காகவோ நாம் ஏற்றுக்கொள்வதில் எந்தப் பயனும் இல்லை, அது முட்டாள்தனமானது.

அதிகாரம் மற்றும் அடக்கி ஆள்வதில் உட்பொதிந்து மறைந்திருக்கும் உள்நோக்கங்களை ஆழ்ந்த நோக்குடன் பார்க்கும் திறன் நமக்கு இருந்தாக வேண்டும். கட்டாயத்தினால் அறிதிறனை விழிப்படையச் செய்ய முடியாது. ஆனால் அந்த உண்மையைப் பற்றிய உணர்வே, நம் அச்சங்களை எரித்துவிடும். அதன்படி நாம் ஒரு புதிய சூழலை வளர்க்கத் தொடங்குவோம். அந்தச் சூழலானது இன்றைய சமூகச் சூழலுக்கு எதிர்மாறாகவும், அப்பாற் பட்டதாகவும் இருக்கும்.

வாழ்க்கையின் முக்கியத்துவத்தையும், அதனுடைய போராட்டங்களையும் புரிந்துகொள்ள வேண்டுமெனில், நிறுவப்பட்ட மதத்தின் அதிகாரத்திடமிருந்தும், மற்றும் எல்லாவித அதிகாரங்களிடமிருந்தும் விடுபட்டு சுதந்திரமாகச் சிந்திக்க வேண்டும். நாம் குழந்தைகளுக்கு உதவவேண்டுமென்ற விருப்பத்தில், அவர்களுக்கு அதிகாரத்துவமான எடுத்துக்காட்டுகளை முன்வைப்போமானால், அச்சம், போலித்தனம், மூட நம்பிக்கைகளின் பலதரப்பட்ட வடிவங்கள் ஆகியவை

செவ்விய கல்விமுறை 53

அவர்களிடம் வளர்வதற்கு ஊக்கப்படுத்தியவர் களாவோம்.

மதத்தின்படி ஒழுக விரும்புவோர், குழந்தையின் மேல் நம்பிக்கைகளை, எதிர்பார்ப்புகளை, அச்சங் களைத் திணிக்கிறார்கள். இவையெல்லாமே இவர்கள் தம் பெற்றோர்களிடமிருந்து பெறப்பட்டவையாகும். மதத்தை எதிர்ப்பவர்களும்கூட தாம் பின்பற்றும் குறிப்பிட்ட சிந்தனைமுறையை குழந்தைகள் ஏற்றுக் கொள்ளும்படி முனைப்பாக செயல்படுகிறார்கள். நாம் வழிபடும் முறையை அல்லது நாம் தேர்ந்தெடுத்துக் கொண்ட இலட்சியத்தை நம் குழந்தைகளும் ஏற்றுக்கொள்ள வேண்டுமென்று விரும்புகிறோம். நம்மாலோ, அல்லது, பிறராலோ கண்டுபிடிக்கப்பட்ட கற்பனை உருவங்களிலும் சூத்திரங்களிலும் சிக்கிக் கொள்வது வெகுசுலபம். எனவே நாம் எப்பொழுதும் கவனமாகவும் விழிப்புடனும் இருக்க வேண்டும் என்பது மிகவும் அவசியமாகும்.

மதம் என்று நம்மால் அழைக்கப்படுவது, ஓர் அமைப்பாக நிறுவப்பட்ட நம்பிக்கையாகும். அதில் அதிகாரபூர்வமான, நிலைநாட்டப்பட்ட கொள்கை கள், சடங்குகள், மர்மங்கள், மூடநம்பிக்கைகள் அடங்கியுள்ளன. ஒவ்வொரு மதமும் தனக்கே உரிய புனித நூல்கள், தேவதூதர்கள், புரோகிதர்கள் முதலியவற்றைக் கொண்டுள்ளது. குறிப்பிட்ட வழிகளை வகுத்து மக்களை மிரட்டி தம் பிடிக்குள் வைத்துக் கொள்கிறது. நம்மில் பெரும்பாலோர் இவற்றால் கட்டுப்பட்டு கிடக்கிறோம். இப்படி

கட்டுப்பட்டுக் கிடப்பதையே மதக்கல்வி என அழைக்கிறோம். ஆனால் இந்தக் கட்டுப்பாடு, மனிதர்களை ஒருவரையொருவர் எதிர்க்கும்படி செய்கிறது. ஒரே மதத்தைச் சார்ந்தவர்களுக்கிடையே உட்பூசலை ஏற்படுத்துவதோடல்லாமல் வேறு மதத்தினர்களுக்கெதிராக பகைமையையும் வளர்க்கிறது. எல்லா மதங்களும் கடவுள் வழிபாட்டை உறுதிபடக் கூறினாலும், ஒருவரையொருவர் அன்புடன் நடத்த வேண்டுமெனச் சொன்னாலும், செயலுக்குரிய வெகுமதியும், தண்டனையும் கிடைக்கும் என்ற கோட்பாடுகளினால் மக்கள் மனதில் அச்சத்தை விதைக்கின்றன. அவற்றின் போட்டி மனப்பான்மையைத் தூண்டும் கோட்பாடுகள், மக்களிடையே ஐயத்தையும் பகைமையையும் நிலைத்திருக்கும்படிச் செய்கின்றன.

அதிகாரத்தினால் நிலைநிறுத்தப்பட்ட கோட்பாடுகள், பூடகமான விதிகள், சடங்குகள் ஆகியவை ஆன்மீக வாழ்விற்கு உகந்தவையல்ல. மதக்கல்வியின் உண்மைப் பொருள் என்னவெனில் மனிதர்களுடன், பொருள்களுடன் மற்றும் இயற்கையுடன், தான் கொண்டிருக்கும் உறவினை, மாணவன் புரிந்துகொள்ள ஊக்குவிப்பதுதான். உறவுகள் இல்லாமல், 'இருத்தல்' இல்லை. தன்னைப் பற்றிய அறிவு இல்லாதபோது, தனிமனிதர் மற்றும் சமுதாயத்துடனான உறவில் - முரண்பாடுகளும் துயரங்களும் வரும். இவை முழுவதையும் மாணவனுக்கு விளக்குவது என்பது முடியாததுதான். ஆனாலும், கல்வியாளர்களும், பெற்றோரும், உறவின் முழு முக்கியத்துவத்தை ஆழமாக உள்வாங்கிக்கொண்டால், பின்பு தம் நடத்தை,

மனோபாவம், பேச்சு ஆகியவற்றின் மூலமாக மாணவனுக்கு, ஆன்மீக வாழ்வின் அர்த்தத்தைத் தெரிவித்து விடலாம்; பெரிய விளக்கங்களும் சொற்பொழிவும் தேவைப்படாது.

மதப்பயிற்சி என்றழைக்கப்படும் கல்வி, கேள்வி கேட்பதையும் ஐயப்படுவதையும் ஊக்குவிப்பதில்லை. நம்மீது சமுதாயமும், மதமும் சுமத்தியிருக்கும் விழுமியங்களின் முக்கியத்துவத்தை நாம் விசாரணை செய்யும்போதுதான், எது உண்மை என்பதைக் கண்டுபிடிக்கத் தொடங்குவோம். கல்வியாளரின் பணி என்னவென்றால் அவர் தன் சொந்த சிந்தனைகளையும் உணர்வுகளையும் பற்றி ஆழ்ந்த ஆய்வு மேற்கொள்ள வேண்டும். தனக்கு பாதுகாப்பையும் சுகத்தையும் தரும் விழுமியங்களை ஒதுக்கித் தள்ளிவிட வேண்டும். அப்போதுதான் மாணவர்களுக்கு அவர்களைப் பற்றிய விழிப்புணர்வைப் பெறுவதற்கும், அவர்களுடைய உந்துதல்களையும் அச்சங்களையும் புரிந்துகொள்வதற்கும் ஆசிரியரால் உதவமுடியும்.

ஒருவன் நேர்மையாகவும் தெளிவாகவும் வளருவதற்கான காலம் இளமைப்பருவம். வயதானவர்களான நமக்குப் புரிதல் இருக்கும்பட்சத்தில், சமூகம் இளைஞர்கள் மேல் திணித்திருக்கும் தடைகளிலிருந்தும், அவர்களே உருவாக்கிக்கொண்ட கற்பிதங்களிலிருந்தும் விடுவித்துக் கொள்ள நம்மால் அவர்களுக்கு உதவ முடியும். விருப்பு வெறுப்புகள், நிர்ணயிக்கப்பட்ட கருத்துக்கள் ஆகியவற்றைக் கொண்ட மதபோதனைகளை மாணவனின் மனதிலும் இதயத்திலும் பதிய வைக்காமலிருந்தால், சுயஅறிவின்

மூலம் சுதந்திரமாக தன்னைத் தாண்டி அப்பாலுள்ளவை களையும் கண்டுபிடிக்க அவனால் முடியும்.

உண்மையான மதம் என்பது நம்பிக்கைகளும், சடங்குகளும், எதிர்பார்ப்புகளும், அச்சங்களும் அல்ல. இவை புரிதலைத் தடுக்கும் தடைகளாகும். இவற்றின் பாதிப்பு இல்லாமல் குழந்தைகள் வளர்ந்தால், பிற்காலத்தில் அவர்கள் மெய்ப்பொருளின் இயல்பைப் பற்றி, கடவுளின் இயல்பைப் பற்றி விசாரணை செய்யக்கூடும். எனவேதான் குழந்தைக்குக் கல்வி புகட்டும்போது, தீர்க்கமான நோக்கும் புரிதலும் தேவைப்படுகின்றன.

கடவுளையும், மரணமிலா பெருவாழ்வையும் பற்றி பேசுகிற மதச்சார்புடையவர்களில் பெரும்பாலோர், தனிமனிதனின் சுதந்திரத்திலும் பூரணத்துவத்திலும் அடிப்படையிலேயே நம்பிக்கையற்றவர்களாக இருக்கின்றனர். ஆனால், உண்மையில் மதம் என்பது சத்தியத்தைக் காண மிகவும் முக்கிய காரணியாயிருக்கும் சுதந்திரத்தை நாம் வளர்த்துக் கொள்வதாகும். சுதந்திரம் என்பதில் எவ்வித சமரசத்திற்கும் இடம் இல்லை. அரைகுறைச் சுதந்திரம், சுதந்திரமே அல்ல. அரசியல் அல்லது மதக்கட்டுப்பாடு போன்ற எந்தவித கட்டுப்பாடும் சுதந்திரமாகாது; அவை அமைதியைக் கொண்டு வராது.

உண்மையில் மதம் என்பது தளைபடுத்தும் வழி அல்ல. அது ஓர் பேரமைதியான நிலைப்பாடு; அங்கே இருப்பதுதான் மெய்ம்மை - கடவுள். அந்த ஆக்கநிலை எப்போது வருமெனில், தன்னைப் பற்றிய அறிவும்

சுதந்திரமும் இருக்கும்போதுதான் வரும். சுதந்திரம், நற்குணங்களைக் கொண்டு வரும். நற்குணங்கள் இல்லையெனில் அமைதி இருக்காது; சலனமற்றிருக்கும் மனம் என்பது கட்டுண்டு கிடக்கும் மனம் அல்ல; அது ஒழுக்கத்தினாலோ பயிற்சியினாலோ சலனமற்று இருக்கவில்லை. சலனமின்மை எப்போது வருமெனில் மனமானது தன் செயல்பாடுகளின் வழிகளை, தான் என்பதின் செயல்பாட்டு வழிகளைப் புரிந்து கொள்ளும்போதுதான் வரும்.

நிறுவப்பட்ட மதம் என்பது உறைந்துபோன, முடக்கப்பட்ட மனிதச் சிந்தனையாகும். அதன் அடிப்படையில் கோயில்களையும், தேவாலயங்களையும், மனிதன் கட்டுகிறான். கோயில்களும், தேவாலயங்களும், அச்சமடைந்தவர்களுக்கு ஆறுதல் தருபவையாக இருக்கின்றன. துயரத்தில் இருப்பவர்கள், துயரத்தை மறப்பதற்கான போதைப் பொருளாய் அவை விளங்குகிறது. ஆனால் கடவுள்/சத்தியம், சிந்தனைக்கும் உணர்வுத் தேவைகளுக்கும் அப்பாலுள்ளது. அச்சத்தையும் துயரத்தையும் கொண்டு வருகின்ற உள்ளத்தின் இயக்கங்களை அடையாளம் காணும் பெற்றோர்களாலும் ஆசிரியர்களாலும், இளைஞர்கள், தங்களின் போராட்டங்களையும், சோதனைகளையும் கூர்ந்து நோக்கி புரிந்து கொள்ள, உதவமுடியும்.

குழந்தைகள் வளருகையில் அவர்கள் தெளிவாக உணர்ச்சிவயப்படாமல் சிந்திக்கவும், அன்பு செலுத்தவும், பகைமையை வளர்க்காமல் வாழ்வதற்கும் பெரியவர்களாகிய நாம் உதவி செய்வோமானால், மேற்கொண்டு

நாம் செய்ய வேண்டியதற்கு வேறென்ன உள்ளது? ஆனால், ஒருவர் குரல்வளையை இன்னொருவர் நெருக்கி கொண்டிருந்தால், உலகில் ஒழுங்கையும் அமைதியும் ஏற்படுத்தக்கூடிய அடிப்படை மாற்றத்தை யடையாமல் நாம் இருந்தால், பல்வேறு மதங்களின் புனித நூல்கள் மற்றும் புராணங்களின் பயனும் மதிப்பும்தான் என்ன?

உண்மையான மதக்கல்வி என்பது, மாணவன் அறிவுப்பூர்வமாகவும் விழிப்புணர்வோடும் எது தற்காலிக மானது, எது உண்மையாக இருப்பது என்பதை தானே பகுத்தறிந்து, வாழ்க்கையை பற்றுக்கோடு இல்லாமல் அணுக உதவுவதாகும். ஒவ்வொரு நாளையும் வீட்டிலோ அல்லது பள்ளியிலோ, ஒரு கருத்தாழம் மிக்க சிந்தனையை எண்ணிப் பார்த்தோ அல்லது ஆழமும் முக்கியத்துவமும் மிக்க வாசகங்களைப் படித்தோ தொடங்குவது, திரும்பத் திரும்ப சொல்லப்பட்டவற்றை வெறுமனே ஒப்பிப்பதைவிட அர்த்தமுள்ளதல்லவா?

சென்ற தலைமுறையினர், தம் பேராசைகள், சம்பிரதாயங்கள் மற்றும் இலட்சியங்கள் ஆகியவற்றால் பெரும் துயரத்தையும் அழிவையும் இந்த உலகத்தில் ஏற்படுத்தினர். வரும் தலைமுறையினர், சரியான கல்வியினால், இந்தக் குழப்பத்திற்கு முடிவு கட்டவும், மகிழ்ச்சிகரமான சமுதாய ஒழுங்கை கட்டமைக்கவும் கூடும். வினா எழுப்பி கண்டறியும் மனோபாவம் கொண்டிருக்கும்போதும், அரசியல், மதம், சுற்றுச்சூழல் மற்றும் தன்னைப் பற்றியவை போன்ற அனைத்து விஷயங்களின் உண்மை நிலையைக் கண்டறிவதற்கான

செவ்விய கல்விமுறை

தேடல்களைத் தொடர்ந்து மேற்கொள்ளும்போதும் தான் இளைஞர்கள் மிகுந்த முக்கியத்துவம் பெறுவார்கள்; புதியதோர் உன்னத உலகம் பிறப்பதற்கான நம்பிக்கையும் அப்போதுதான் வரும்.

குழந்தைகளில் பெரும்பாலோர் அறிய ஆர்வமுள்ளவர்களாகவும், புதியனவற்றைத் தெரிந்து கொள்ள விரும்புகிறவர்களாகவும் இருக்கின்றனர். ஆனால் அவர்கள் ஆர்வத்துடன் வினவுவதைக் கேட்காமல், நம்முடைய வலியுறுத்தல்களாலும், உயர்வு மனப்பான்மையால் தோன்றும் பொறுமையின்மையாலும், நம் அலட்சியப் போக்காலும் அவர்கள் ஆர்வத்தை மழுங்கடித்து விடுகிறோம். அவர்களின் விசாரணையை நாம் ஊக்குவிப்பதில்லை; ஏனெனில் நம்மை என்ன கேள்விகள் கேட்டுவிடுவார்களோ என்ற அச்சத்திலிருக்கிறோம். வினா எழுப்புவதையே நாம் நிறுத்தி விட்டோம். மாணவர்கள் எழுப்பும் வினாக்களையும் நாம் அனுமதிப்பதில்லை.

பெரும்பாலான பெற்றோர்களும் ஆசிரியர்களும், இளைஞர்களின் மனநிறைவின்மையைக் கண்டு அச்சப்படுகிறார்கள். ஏனெனில், அம்மனநிலை எல்லா வகையான பாதுகாப்பையும் நிலைகுலையச் செய்கிறது. எனவே, பாதுகாப்பான வேலை, சொத்துரிமை, திருமணம், மதக்கோட்பாடுகள் ஆகியவற்றால் மனநிறைவின்மையை வெற்றிக் கொள்வதற்கு இளைஞர்கள் ஊக்குவிக்கப்படுகிறார்கள். மனத்தையும் இதயத்தையும் மழுங்கடிக்கும் பல்வேறு வழிகளை நன்கு அறிந்திருக்கும் பெரியவர்கள், குழந்தைகளின் ஆர்வத்தையும் அழித்துவிடுகின்றனர். தாங்கள் ஏற்றுக்கொண்ட

நம்பிக்கைகளையும் அதிகாரங்களையும் மரபுகளையும் நல்லவைகள் என்று இளைஞர்கள் மனதில் பதித்து, அவர்களையும் தங்களைப் போன்றே, ஆர்வம் குன்றியவர்களாக மாற்றிவிடுகின்றனர்.

படிப்பறிவு, சமூகவிழுமியங்கள், மரபுகள், அரசியல் அமைப்புகள், மதநம்பிக்கைகள் மற்றும் இன்னபிறவற்றின் உண்மைத்தன்மையை சீர்தூக்கிப் பார்த்து வினா எழுப்ப மாணவர்களை ஊக்குவிப்பதனால் மட்டுமே, கல்வியாளர்களும், பெற்றோர்களும், மாணவனின் விமர்சிக்கும் விழிப்புணர்வையும் கூரிய நுண்ணறிவையும் விழிப்புறச் செய்து, அதனைத் தொடரவும் செய்ய முடியும்.

இளைஞர்கள் - அவர்கள் ஜீவனோடு வாழ்ந்தால் - நம்பிக்கை மிகுந்தவர்களாகவும் மனநிறைவு அற்றவர்களாகவும் இருப்பார்கள்; அவ்வாறில்லாவிட்டால் அவர்கள் வாழவில்லை, கிழட்டுத்தனத்துடன் இருக்கிறார்கள் என்றே கொள்ளலாம். மனநிறைவு அற்றவர்களாக இருந்த அவர்கள், தம்முள் இருந்த அந்த நெருப்புச் சுடரை வெற்றிகரமாக அணைத்துவிட்டு, பல வழிகளில் பாதுகாப்பையும் சௌகரியத்தையும் கண்டுபிடித்துக்கொண்டனர் - அவர்கள் தாம் கிழட்டுத்தனத்திராவர். அவர்கள், தாமும், தம் குடும்பங்களும் நிலைபெற்றத் தன்மையைக் கொண்டிருக்க வேண்டும் என்ற அடங்கா வேட்கையுடன் இருப்பவர்கள். கருத்துக்களில், உறவுகளில், உடைமைகளில், மாறா உறுதிப்பாட்டினை விரும்புபவர்கள். ஒருகணம் அவர்களுக்கு அதிருப்தி ஏற்பட்டால் உடனடியாக

அவர்கள் தம் பொறுப்புகளில், தம் வேலைகளில் அல்லது ஏதாவதொன்றினில் முழுக்க மூழ்கிவிடுகிறார்கள். சஞ்சலப்படுத்தும் அதிருப்தி உணர்விலிருந்து தப்பித்துப் போய்விடவே அவ்வாறு செய்கின்றனர்.

நம்மை பற்றியும், நம்மைச் சுற்றியுள்ளவைகளைப் பற்றியும் திருப்தியடைந்துவிடாமல் இருக்க வேண்டிய பருவம், இளமைப் பருவமாகும். நாம் தெளிவாகவும் விருப்புவெறுப்பின்றியும் சிந்திக்க கற்றுக் கொள்ள வேண்டும். அப்போதுதான் நாம் மனதளவில் எதையும் சார்ந்திராது, அச்சமற்று, இருக்க முடியும். உலகப் படத்தில் குறிப்பிட்ட வண்ணத்திலிருக்கும் பகுதியை நம்நாடு என்கிறோமே, அந்த நிலப்பகுதிக்கு சுதந்திரம் என்பதில்லை. தனிமனிதர்களான நமக்குத்தான் சுதந்திரம் தேவைப்படுகிறது. புறத்திலிருந்து பார்க்கும் போது நாம் ஒருவரையொருவர் சார்ந்திருக்கிறோம்; நாம் அதிகாரம், பதவி, மேலாண்மை போன்ற விருப்பங்களிலிருந்து உள்ளூர விடுதலை பெற்றிருந் தால், சார்ந்திருத்தல் கொடூரமாகவோ அல்லது அடக்கி ஒடுக்கும் முறையாகவோ மாறாது.

நாம் அதிருப்தியை புரிந்து கொண்டாக வேண்டும். அதிருப்தியைப் பற்றி நாம் அச்சம் கொண்டுள்ளோம். அதிருப்தி, ஒழுங்கின்மை என்று கருதப்படுவதை கொண்டுவரக்கூடும்; ஆனால், அது தன்னைப் பற்றிய அறிவு மற்றும் தன்னலத் துறப்புக்கு நம்மைக் கொண்டு சென்றால் - உறுதியாக அது கொண்டு செல்லும் - அப்போது அது ஓர் புதிய சமுதாயத்தையும் நீடித்திருக்கும் அமைதியையும் படைக்கும். 'தன்னைத்'

துறப்பதிலிருந்து (self-abnegation) வருவது அளவிட முடியாத மகிழ்ச்சி.

விடுதலைக்கான வழி அதிருப்தி. விருப்பு வெறுப்பின்றி விசாரணை செய்ய வேண்டுமெனில், அங்கே உணர்ச்சிகள் வீண்விரயம் செய்யப்படக் கூடாது. உணர்ச்சிகள் விரயமாவது எப்படி? அரசியல் கூட்டங்களுக்குச் செல்வதால், கொள்கை முழக்கங்கள் செய்வதால், குருவையோ அல்லது ஆன்மீக ஆசானைத் தேடுவதால், பலவேறான மத விழாக்கள், களியாட்டங்களில் ஈடுபடுவதால், உணர்ச்சிகள் வீணடிக்கப்படுகின்றன. இந்த உணர்ச்சி விரயமானது மனத்தையும் இதயத்தையும் சோர்வுறச் செய்கிறது, நுண்ணறிவு பெறமுடியாமல் தடுக்கிறது; இந்நிலையில் சுற்றுச் சூழலும் பயமும் மனதை மேலும் உருவேற்றுகிறது. விசாரணை செய்ய வேண்டுமென்று தீயாய் எரியும் விருப்பம்தான், வாழ்க்கையின் வழிகளை புதியதாக புரிந்துக்கொள்ளச் செய்யும். மற்றவரைப் போல் நடிப்பது எளிது, ஆனால் அது புரிதலை கொண்டு வருவதில்லை.

மதபோதகர்கள், அரசியல்வாதிகள், பணக்காரர்கள், ஏழைகள் போன்றவர்களால் இளைஞர்கள் ஒரு குறிப்பிட்ட வழியில் சிந்திக்கும்படியாகத் தூண்டப்படுகிறார்கள். ஆனால் சரியான கல்வியானது இளைஞர்களை அத்தகைய பாதிப்புகளைப்பற்றி கவனமாக இருக்க உதவி செய்ய வேண்டும். அப்போதுதான் அவர்கள் கிளிப் பிள்ளைகளைப் போல் திரும்பத்திரும்ப வெற்றுமுழக்கங்களைக் கோஷமிட மாட்டார்கள்.

பேராசை என்ற பொறிக்குள் மாட்டிக் கொள்ள மாட்டார்கள். அந்தப் பேராசை அவர்களுடைய தாகவோ அல்லது மற்றவர்களுடையதாகவோ இருக்கலாம். அதிகாரம் தம் மனங்களையும் இதயங்களையும் அடக்கிவிட அவர்கள் அனுமதிக்கக்கூடாது. எவ்வளவு உயர்ந்தவர்களாக இருப்பினும், அவர்களைப் பின்பற்றி நடப்பதோ அல்லது நிறைவு தருகின்ற இலட்சியக் கொள்கையை விடாப்பிடியாகப் பிடித்துக் கொண்டு ஒழுகுவதோ ஓர் அமைதியான உலகைக் கொண்டுவராது.

இனியும் கற்பதற்கு ஒன்றுமில்லை என்ற உணர்வினால், பள்ளி அல்லது கல்லூரிப் படிப்பை முடித்துவிட்டு வெளியேறியபின், பலர் புத்தகங்களை அறவே தொடுவதில்லை. சிந்திப்பதற்கு மேலும் புதிய துறைகள் இருக்கின்றன என்பவர்களும் உள்ளனர். இவர்களோ படித்துக் கொண்டே இருக்கிறார்கள்; மற்றவர்கள் என்ன சொல்கிறார்கள் என்பதை உட்கிரகித்துக் கொள்கின்றனர்; அறிவு சேகரிப்புக்கு அடிமையாகி விடுகிறார்கள். அறிவையும் தொழில் நுட்பத்தையும் வழிபாடு செய்யும் வரையிலும் அவற்றை வெற்றி மற்றும் அதிகாரம் பெறுவதற்கு கருவியாக உபயோகிக்கும் வரையிலும், உலகில் கொடூரமான போட்டி, பகைமை மற்றும் உணவுக்கான இடையறாத போராட்டம் இருந்தே தீரும்.

வெற்றிதான் நமது குறிக்கோள் என்றிருக்கும் வரையில் நம்மால் அச்சத்தை விட்டொழிக்க முடியாது. ஏனெனில் வெற்றிபெற வேண்டும் என்ற ஆசையே தோல்வி கிட்டுமோ என்ற அச்சத்தை வளர்க்கும்.

எனவேதான் வெற்றி வழிபாட்டை இளைஞர்களுக்கு கற்பிக்கக்கூடாது. விளையாட்டு அரங்கிலோ, வணிகத் துயிலோ, அரசியலிலோ - ஏதோ ஒரு வகையில் - பெரும்பாலான மக்கள் வெற்றியை நாடிச் செல்கின்றனர். நாம் எல்லோருமே வெற்றியின் சிகரத்தில் இருக்கவே விரும்புகிறோம். இந்த ஆசை, நமக்குள்ளேயும், நம் அண்டை வீட்டாருடனும், இடையறாத போராட்டத்தை உண்டுபண்ணுகிறது; இது போட்டிக்கும், பொறாமைக் கும் பகைமைக்கும் வழிவகுக்கிறது, இறுதியில் போரில் முடிகிறது.

நேற்றைய தலைமுறையினர் போலவே, இளைஞர் களும் வெற்றியையும் பாதுகாப்பையும் தேடுகின்றனர். இளமையில் அவர்கள் அதிருப்தியாக இருந்திருக்கலாம்; சீக்கிரத்தில் அவர்கள் சமூக அந்தஸ்து பெற்று மரியாதைக்கு உரியவர்களாக ஆகிவிடுகிறார்கள். சமூகத்தை எதிர்த்துப் பேச அச்சப்படுகிறார்கள். அவர்களின் சொந்த விருப்பங்களே அவர்களைச் சுற்றி சுவர்களாக எழுந்து விடுகின்றன. அவர்களும் மற்றவர் களுடன் ஒத்திசைந்து அதிகாரத்தின் கடிவாளங்களைக் கையில் எடுத்துக் கொள்கின்றனர். அதிருப்தி என்பது விசாரணை மற்றும் உள்ளதைத் தேடல், உண்மையைப் புரிந்துகொள்ளல் போன்றவற்றின் கொழுந்து விட்டெரி யும் சுடராகும். அது மெல்ல மெல்ல மங்கிப் போய், மறைந்து, மேலும் சிறப்பான வேலை, செல்வந்தரோடு திருமணம், தொழிலில் வெற்றி ஆகியவை அதிருப்தி இருந்த இடத்தைப் பிடித்துக் கொள்கின்றன. இவை யெல்லாமே மிகுந்த பாதுகாப்பிற்கான பெரும் வேட்கையாகும்.

செவ்விய கல்விமுறை

முதியவருக்கும் இளைஞருக்கும் இடையே முக்கியமான வேறுபாடு என்று எதுவுமில்லை. ஏனெனில், இருவருமே அவர்களின் சொந்த ஆசைகளின், மனநிறைவின் அடிமைகள். முதிர்ச்சி என்பது வயதைப் பொறுத்தது அல்ல; அது புரிந்து கொள்வதினால் வருவது. முனைப்பான விசாரணை செய்யும் மனோபாவம், ஒருவேளை, இளைஞர்களுக்கு சுலபத்தில் கிட்டி விடலாம். ஏனெனில், முதியவர்கள் வாழ்க்கையில் அடிபட்டு சிதைந்து போனவர்கள், கலக்கங்களால் அலைகழிக்கப்பட்டவர்கள், மரணம் பல வடிவங்களில் அவர்களுக்காகக் காத்துக் கொண்டிருக்கின்றது. இதனால் அவர்கள் குறிக்கோளுடைய விசாரணை செய்ய இயலாதவர்களாகி விட்டார்கள் என்று அர்த்தமில்லை; ஆழ்ந்த விசாரணை செய்வது, முதியவர்களுக்கு, இளைஞர்களை விட சற்றே கடினமாயிருக்கும், அவ்வளவே.

பெரியவர்கள் பலர் முதிர்ச்சி இல்லாதவர்களாக, சிறுபிள்ளைத்தனமாக இருக்கிறார்கள். குழப்பத்திற்கும் துயரத்திற்குமான காரணங்களில் இது ஒன்றாக இருக்கிறது. இப்போது நிலவும் பொருளாதார மற்றும் சமூக நெருக்கடிக்கு முதியவர்கள்தான் பொறுப்பு. நம்முடைய துரதிருஷ்டவசமான பலவீனங்களில் ஒன்று நமது வாழ்க்கையின் போக்கை மாற்றிவிட தலைவர் ஒருவரை நாடுகிறோம். மற்றவர்கள் யாராவது நமக்காக சமுதாயத்தை எதிர்த்து புரட்சி செய்வாரா, புதிய சமுதாயத்தை நிர்மாணிப்பாரா என காத்துக் கொண்டிருக்கிறோம். பலனைப் பற்றி நம்பிக்கை

ஏற்படும் வரை நாம் செயல்படாமல் காத்துக் கொண்டிருக்கிறோம்.

நம்மில் பலரும் வெற்றியையும் பாதுகாப்பையும் தேடிப் போகிறோம். எந்த மனம் பாதுகாப்பை தேடுகின்றதோ, வெற்றிக்காக வெறி கொண்டிருக்கிறதோ, அதற்கு அறிதிறன் இல்லை; எனவே அது ஒருங்கிணைந்த செயலுக்கான திறனில்லாதது. ஒருங்கிணைந்த செயல்பாடு இருக்க வேண்டுமெனில், ஒருவன் தான் கட்டுண்டு கிடப்பதை உணர்ந்திருக்க வேண்டும்; தன்னுடைய இனம், நாடு, அரசியல் மற்றும் மதத்தின் விருப்பு வெறுப்புகளால்தான் கட்டுண்டு கிடப்பதை உணரவேண்டும். அதாவது 'தான்' என்பதின் செயல்பாட்டு வழிகள், எப்போதுமே பிரிவினையை ஏற்படுத்துவதுதான் என்பதை விழித்துணர வேண்டும்.

வாழ்க்கை என்பது நீருள்ள ஆழமான கிணறாகும். அதிலிருந்து ஒருவன் சிறிய வாளியினால் நீர் எடுக்கலாம், அல்லது ஒரு பெரிய வாளியுடன் வந்து வாழ்க்கைக்கு வளம் ஊட்டி நிலைபெறச் செய்யும் அளவிற்கு பெருமளவில் நீரை மொள்ளலாம். இளைஞனாக இருக்கும்போதுதான் விசாரணை செய்வதற்கும், ஒவ்வொன்றையும் பரிசோதனை செய்து பார்ப்பதற்கும் உரிய பருவமாகும். பள்ளியானது, இளைஞர்களை அவர்களுக்கான தொழில்களையும் பொறுப்புகளையும் கண்டறிவதற்கு உதவிபுரிய வேண்டும். அவர்களின் மூளைகளில் தகவல்களையும் தொழில்நுட்ப அறிவை மட்டுமே திணிக்கும் இடமல்ல பள்ளி; பள்ளி என்பது மாணவர்கள் அச்சமின்றியும், மகிழ்ச்சியாகவும், சிதைவுறாமல் சேர்ந்து வளர்வதற்குரிய இடமாகும்.

கல்வி என்பது மாணவன், சுதந்திரத்தையும் வாழ்வின் முழுப்பரிமாணத்தையும் புரிந்து கொள்ளும் படிக்கு உதவி செய்வதாகும். சுதந்திரம் கொண்டிருக்க வேண்டுமெனில் அங்கு ஒழுங்கு இருக்க வேண்டும். நற்பண்பு மட்டுமே ஒழுங்கைக் கொண்டுவர முடியும். வாழ்வின் முழுப்பரிமாணத்தை உணர மிகுந்த எளிமை இருக்க வேண்டும். வாழ்வின் எண்ணிலடங்கா சிக்கல் களிலிருந்து நாம் எளிமையை நோக்கி வளரவேண்டும்; நம் அகவாழ்விலும் மற்றும் புறத் தேவைகளிலும் எளிமையைக் கொண்டுவர வேண்டும்.

இன்றைய கல்வி, திறமையில் அக்கறை கொண்டுள்ளது. அது மனிதனின் அகத்தின் இயல்பினை அடியோடு மதிப்பதே இல்லை, அல்லது, வேண்டு மென்றே அதை வக்கிரமாக்கி விடுகிறது. கல்வி, வாழ்க்கையின் ஒரு அம்சத்தை மட்டுமே வளர்ச்சி அடையும்படிச் செய்கிறது. மற்ற அம்சங்களில் கவனம் செலுத்தாமல் விட்டுவிடுகிறது. நம் அகக் குழப்பம், பகைமை, அச்சம் ஆகியவை, மிக உயர்ந்த நோக்கத் தோடு தீர்மானிக்கப்பட்டு, சாமர்த்தியமாகக் கட்டப் பட்ட இச்சமூகத்தின் கட்டுமானத்தைத் தாண்டி, வெளிவந்து விடுகின்றன. சரியான கல்வி இல்லாதபோது, நாம் ஒருவரை ஒருவர் அழித்துக் கொள்கிறோம்; தனி மனிதனுக்கான பாதுகாப்பு மறுக்கப்படுகிறது. மாணவன் தன் மனம், மெய், வாக்கு செயல்படும் வழிமுறையை முழுமையாகப் புரிந்து கொள்ளும்படிக்கு உதவி செய்வதே சரியான கல்வி ஆகும். அன்றாட செயலில் மனமும் இதயமும் முழுமையாக ஒன்றியிருக்கும்போது தான் அறிதிறனும், அகமாற்றமும் தோன்ற முடியும்.

தகவலையும், தொழில்நுட்ப பயிற்சியையும் அளிக்கும் கல்வியானது, கூடவே வாழ்வை முழுமையான பார்வையோடு மாணவன் அணுகவேண்டும் என்ற வாழ்வியல் சிந்தனைக்கு மேலான முக்கியத்துவம் அளித்து அதில் மாணவனை ஊக்குவிக்க வேண்டும். சமூகம் வகுத்துள்ள ஏற்றத்தாழ்வுகள், விருப்பு வெறுப்புகள் போன்றவை தன்னுள்ளும் இருப்பதை மாணவன் இனம் கண்டுகொண்டு அவற்றை உடைத்தெறிய கல்வி உதவி செய்ய வேண்டும். மேலும் பதவி மோகத்தையும், ஆதிக்கம் செலுத்துவதையும், கல்வி ஊக்குவிக்கக்கூடாது. தன்னைப் பற்றிய ஆராய்ச்சியை சரியான முறையில் செய்வதையும், வாழ்க்கையை முழுமையாக அனுபவிப்பதையும் - அதாவது வாழ்க்கையை கூறுகளாக்காமல், 'தான்', 'தன்னுடையது' என்பதற்கு மட்டும் முக்கியத்துவம் அளித்துக் கொண்டிராமல் - மனதானது தனக்கு அப்பாலும் சென்று சத்தியத்தைக் கண்டுபிடிக்க, கல்வி, மாணவனுக்கு உதவ வேண்டும்.

ஒருவன், தான் மக்களுடன் கொண்டுள்ள உறவுமுறை, பொருள்களைப் பற்றிய அணுகுமுறை, கருத்துக்களைப் பற்றிய மதிப்பீடு, இயற்கையைப் பற்றிய புரிதல் என்பதாகவுள்ள அன்றாட உறவுமுறையில் தன் நிலைப்பாட்டை விழிப்புணர்வோடு நோக்கி, தன்னைப் பற்றி அறிந்துகொள்ளும்போது, தளைகள் அகன்று அச்சமற்ற சுதந்திர நிலை வரும். கல்வியாளர், மாணவர்கள் முரண்பாடுகளற்று முழுமையாக இருக்க உதவி செய்வாராகில், அப்போது வாழ்க்கையின்

குறிப்பிட்டவொரு கட்டத்திற்கு மட்டுமே முரட்டு பிடிவாதமான, காரணமில்லாத முக்கியத்துவம் கொடுக்கப்பட மாட்டாது. இருத்தலின் ஒட்டுமொத்த வழிமுறையைப் புரிந்து கொள்ளும்போது பூரணத்துவம் (integration) தோன்றுகிறது. தன்னைப்பற்றி அறிந்து கொண்டால், மாயைகளைத் தோற்றுவிக்கமாட்டோம்; அதற்கு பின்புதான், அங்கு உண்மையான மெய்ப் பொருள் அல்லது கடவுள் இருக்க சாத்தியப்படும்.

மனிதர்கள் நெருக்கடியிலிருந்து விடுபட வேண்டு மெனில் அவர்கள் வாழ்க்கையை முழுமையாக, கூறுபடாமல் பார்க்கும் பாங்குள்ளவர்களாக இருக்க வேண்டும்; குறிப்பாக இன்றைய உலக நெருக்கடி யிலிருந்து விடுபட, மனம் கூறுபடாமல் இருக்க வேண்டும். எனவே கல்வியில் அக்கறைக் கொண்டுள்ள பெற்றோர்களுக்கும் ஆசிரியர்களுக்கும் உள்ள மிகப் பெரிய பிரச்சினை கூறுபடாத, பூரணத்துவம் கொண்ட தனிமனிதனாக வளர்ச்சி அடைவதற்கு மாணவனுக்கு எப்படி உதவி செய்ய வேண்டும் என்பதுதான். இதனைச் செய்வதற்கு, கல்வியாளர் முதலில் அவர் முரண்பாடற்றவராக இருக்க வேண்டும் என்பது தெளிவாகத் தெரிகிறது. எனவே சரியான கல்வி இளைஞர்களுக்கு மட்டுமல்லாமல் தம் வழிகளிலேயே நின்றுவிடாமல் புதியனவற்றை கற்றுக்கொள்ள உடன்படும் நேற்றைய தலைமுறையினருக்கும் மிக முக்கியமாக இருக்கிறது. மாணவர்களுக்கு என்ன கல்வி புகட்ட வேண்டும் என்ற வழக்கமான கேள்வியைவிட நாம் எப்படிப்பட்டவராக இருக்கிறோம் என்பதுதான் முக்கியமானதாகும். நாம் குழந்தைகளிடம் உண்மை

யிலேயே அக்கறைக் கொண்டிருந்தால் அவர்களுக்கு சரியான கல்வி கொடுக்கப்படுவதை நிச்சயமாக நிறைவேற்ற முற்படுவோம்.

கற்பித்தலானது ஒரு வல்லுநரின் தொழிலாகி விடக்கூடாது. அப்படி அது ஆகிவிட்டால் - அப்படித்தான் அடிக்கடி ஆகிவிடுகிறது - அங்கு அன்பு மறைந்து போய்விடுகிறது. பூரணத்துவ வளர்ச்சிக்கு அன்புதான் இன்றியமையாதது. அத்தகைய வளர்ச்சிக்கு அச்சத்திலிருந்து விடுதலைப் பெற்றிருக்க வேண்டும். அச்சமின்மையானது வன்முறையையோ வெறுப்பையோ கொண்டிராத சுதந்திரத்தைக் கொண்டு வரும். இதுதான் வாழ்க்கையில் மிகமிக இன்றியமையாத ஆக்கக் கூறாகும். அன்பில்லாமல் நம்மால் பிரச்சினைகளிடமிருந்து வெளிவரமுடியாது. அன்பில்லாமல் அறிவை ஈட்டுவது குழப்பத்தை அதிகரிக்க மட்டுமே செய்யும்; அதுதான் சுயஅழிவிற்கும் வழிகோலும்.

பூரணத்துவம் உடைய மனிதன் ஒன்றை அனுபவித்துச் செய்வதின் மூலம் நுணுக்கத்திறன் பெறுவான். காரணம், படைப்பாற்றல் உந்துதல் தனக்கேயுரிய நுணுக்கத்திறனைப் படைத்துக் கொள்ளும் - இதுவே மிகப்பெரிய கலை. ஒரு குழந்தைக்கு ஓவியம் தீட்டுவதற்கான உந்துதல் இயல்பாகவே இருந்தால் அது ஓவியம் தீட்டும். அது தீட்டுவதற்கான நுட்பத்தைப் பற்றி கவலைப்படாது. இதைப் போன்றே அனுபவித்தலின் விளைவாக, அவர்கள் கற்பிப்பார்கள் - அப்படி கற்பிப்பவர்கள்தாம் உண்மையான ஆசிரியர்கள். அவர்கள் அனுபவித்துச் செய்வதால் தங்களுக்கேயுரிய நுட்பத் திறமையை உருவாக்கிக் கொள்வார்கள்.

மேலே கூறப்பட்டது மிகவும் எளிமையாகத் தோற்றமளிக்கலாம். ஆனால், அது உண்மையில் ஒரு ஆழமான புரட்சி. அதைப் பற்றி நாம் சிந்திப்போ மானால், அது சமூகத்தின் மீது ஓர் அசாதாரணமான பாதிப்பை ஏற்படுத்தக்கூடும் என்பதை நம்மால் பார்க்க முடியும். இந்தக் காலத்தில் நம்மில் பலர் இயந்திரத் தனமான நடைமுறைக்கு அடிமைப்பட்டிருப்பதால் நாற்பத்தைந்து அல்லது ஐம்பது வயதிலேயே நலிவுற்று சக்கையாகப் போய்விடுகிறோம்; பிறருக்கு ஒத்துப் பாடுவதாலும், அச்சத்தால் அநீதிகளையும் ஏற்றுக் கொள்வதாலும், நாம் ஜீவனற்றுப் போகிறோம். நாம் சமுதாயத்தில் போராடினாலும், அதற்கு ஒரு அர்த்தமும் கிடையாது. ஆனால் சமுதாயத்தில் ஆதிக்கம் செலுத்து கிறவர்கள் விஷயத்தில் இது மாறுபட்டு உள்ளது; அவர்கள் பாதுகாப்பாகவும் அந்தஸ்துடனும் இருக் கிறார்கள். இந்த விஷயத்தை ஆசிரியர் பார்த்தால், அவரே உண்மையில் அதை அனுபவிக்கையில், அவரின் மனப்பாங்கும் திறமைகளும் என்னவாக இருப்பினும், அவர் கற்பிக்கும் முறை அன்றாட நடைமுறையாக இருக்காமல், மாணவனுக்கு உதவும் கருவியாக உயர்ந்துவிடும்.

ஒரு குழந்தையைப் புரிந்துகொள்ள வேண்டு மெனில் அவன் விளையாடும்போது உன்னிப்பாய் கவனிக்க வேண்டும். அவனின் பல்வேறு மனநிலை களை ஆய்வு செய்ய வேண்டும். நாம் அவனிடம் நம் சொந்த விருப்பு வெறுப்புகளையும், நம்பிக்கை களையும், அச்சங்களையும் முன்னிலைப்படுத்தக் கூடாது. நம்முடைய ஆசைக்கேற்ப அவனை உருவாக்க

முயற்சிக்கக் கூடாது. நாம் எப்போதும் மாணவனை நம்முடைய சொந்த விருப்பு வெறுப்புகளைக் கொண்டு மதிப்பீடு செய்தால் மாணவனுடனான நம் உறவிலும், உலகத்தோடான மாணவனின் உறவுகளிலும், தடைகளையும், தடுப்புகளையும் ஏற்படுத்துகிறோம். துரதிருஷ்டவசமாக, நம்மில் பலர், மாணவனை, தம் வீண் தற்பெருமைகள் மற்றும் வினோத சுபாவங்கள் ஆகியவற்றை திருப்திபடுத்தும் வழியில் உருவாக்க விரும்புகிறோம். நமக்கே உரிய உடைமை என்றிருப் பவைகளாலும், அதிகாரம் செய்வதாலும், நாம் வெவ்வேறு அளவையில் சுகமும் திருப்தியும் காண்கிறோம்.

நிச்சயமாக, அதிகாரத்தின் அடிப்படையில் ஆசிரியர் கொண்டிருக்கும் மாணவனுடனான உறவு, உறவே அல்ல; மாறாக அது சொந்த விருப்பு வெறுப்புகளின் திணிப்பாகும். எனவேதான், அதிகாரம் செலுத்துவது என்கிற சிக்கலான கடினமான விருப்பத்தைப் புரிந்துகொள்வது மிகவும் அவசியமானதாகும். அதிகாரம் செலுத்தும் விருப்பம் இருக்கிறதே அது சூட்சும வடிவங்களை எடுக்கிறது. தான் செய்வதும், சொல்வதும், சிந்திப்பதும்தான் சரி என்று அது வெளிப்படும்போது அது மிகவும் பிடிவாதமாக இருக்கும். அதிகாரம் செலுத்த வேண்டும் என்ற உள்ளாழ் மனத்தின் வேட்கையோடு ‘சேவை’ செய்ய வேண்டுமென்ற விருப்பம் இருக்கிறதே, அதைப் புரிந்து கொள்வது மிகவும் கடினமாகும். தனக்கேயுரியது என்று ஒன்றை தன் உடமையாகக் கொண்டாடும் இடத்தில், அன்பு இருக்க முடியுமா? நாம் எவரை அடக்கி ஆளவேண்டும் என்று எண்ணுகிறோமோ அவரோடு

நல்லதோர் தொடர்புடன் இருக்க முடியுமா? அதிகாரம் செலுத்துவது என்பது மற்றவரை, தன் சுயதிருப்திக்காக பயன்படுத்துவதாகும். ஆக, மற்றொருவரை தனக்காகப் பயன்படுத்திக் கொள்ளும் எந்த இடத்திலும் அன்பு இருக்காது.

எங்கே அன்பு இருக்கிறதோ அங்கே பரிவு, அக்கறை இருக்கும்; அன்பு இருக்குமிடத்தில், குழந்தை களுக்கு மட்டுமல்லாமல் ஒவ்வொரு மனிதனுக்கும் பரிவு காட்டப்படும். மேலோட்டமான கல்விமுறை யால் வரும் பிரச்சினை நம்மை ஆழமாகப் பாதிக்கா விட்டால், சரியான கல்விக்கான வழியை கண்டுபிடிக்க மாட்டோம். அன்பு இல்லாத வெறும் தொழில்நுட்பப் பயிற்சி தவிர்க்க முடியாதபடிக்கு குரூரத்திற்குத்தான் அடிகோலும். நம் குழந்தைகளுக்கு கல்வி புகட்ட, நாம் வாழ்வின் மொத்த இயக்கத்தையும் நுண்ணுணர்வுடன் எடுத்துக் கொள்ள வேண்டும். நாம் என்ன சிந்திக் கிறோமோ, என்ன செய்கிறோமோ, நாம் என்ன சொல்கிறோமோ - இவையெல்லாம் எல்லையற்ற முக்கியத்துவம் பெறுகின்றன. ஏனெனில் அவை தான் வாழும் சூழலை உருவாக்குகிறது; உருவாக்கப்பட்ட சூழலின் தரத்திற்கேற்ப அவை மாணவனுக்கு உதவலாம் அல்லது இடர்களை உண்டு பண்ணலாம்.

எனவே, இந்தப் பிரச்சினையில் ஆழ்ந்த அக்கறை யுடைய நாம், நம்மை நாமே புரிந்துகொள்ள ஆரம்பிக்க வேண்டும்; அதன் மூலம், சமுதாயத்தை மாற்ற உதவவேண்டும். கல்விக்கான ஒரு புதிய அணுகு முறையைக் கொண்டு வரும் பொறுப்பை நாமே

நேரிடையாக ஏற்றுக்கொள்ள வேண்டும் என்பவை யெல்லாம் தெளிவாகத் தெரிகிறது. நாம் நம் குழந்தை களின்மீது அன்பு கொண்டிருக்கிறோமெனில், போரை முடிவுக்கு கொண்டு வருவதற்கான ஒரு வழியைக் கண்டிருப்போம், இல்லையா? ஆனால் நாம் 'அன்பு' என்ற சொல்லை வெறுமனே உபயோகப்படுத்துவோ மானால், மானுடத் துயரம் என்ற பெரிய சிக்கல் அப்படியே முழுவதுமாகவே நீடித்திருக்கும். இந்தப் பிரச்சினையிலிருந்து விடுபடுவதற்கான வழி நம்மிடத்திலே தான் இருக்கிறது. நம் சக மனிதர் களிடம், இயற்கையுடன், சிந்தனைகளுடன், கருத்துக் களுடன், பொருள்களுடன் கொண்டுள்ள நம் உறவைப் புரிந்து கொள்ள ஆரம்பிக்க வேண்டும். ஏனெனில், அந்தப் புரிதல் இல்லாதபோது, விடுதலைக்கான நம்பிக்கை இல்லை; போராட்டம் மற்றும் துயரத் திலிருந்து விடுபடுவதற்கான வழி எதுவும் இருக்காது.

ஒரு குழந்தையை வளர்ப்பதற்கு புத்திசாலித்தன மான கூர்ந்து கவனித்தலும் அக்கறையும் நமக்குத் தேவைப்படுகின்றன. பெற்றோர்களின் அன்புக்கு மாற்றாக வல்லுநர்களும் அவர்தம் அறிவும் இருக்க முடியாது; ஆனால் பெற்றோர்களில் பெரும்பாலோர் குழந்தைகள் மீது தாம் காட்டும் அன்பை தம் அச்சங் களாலும் பேராசைகளாலும் கெடுத்து விடுகின்றனர். இது குழந்தையைக் கட்டுப்படுத்தி அவர்தம் கண்ணோட்டத்தைத் திரித்துவிடுகிறது. அன்பின் புறவெளிப்பாடுகளாய் இருப்பவைகளால் நாம் ஈர்க்கப்பட்டு, அதிகமாக அவைகளில் ஈடுபடுகிறோமே தவிர, உண்மையில் அன்பைப் பற்றி நாம் அக்கறைக் கொள்வதில்லை.

தற்போதைய கல்வி மற்றும் சமுதாய அமைப்பு, தனிமனிதனை, சுதந்திரம் மற்றும் பூரணத்துவத்தை நோக்கிச் செல்ல உதவுவதில்லை. குழந்தையின் திறன்கள் முழுவளர்ச்சி அடைய வேண்டுமென்று பெற்றோர்கள் அக்கறையும் விருப்பமும் கொண்டிருக்கிறார்கள் என்றால், அவர்கள் வீட்டின் சூழ்நிலையை மாற்றியமைக்க வேண்டும். மேலும், சரியான ஆசிரியர்களைக் கொண்ட பள்ளிகளை நிறுவத் தொடங்க வேண்டும்.

வீட்டுச் சூழலும் பள்ளிச் சூழலும் எந்த விதத்திலும் முரண்பட்டிருக்கக்கூடாது. எனவே பெற்றோர்கள், ஆசிரியர்கள் ஆகிய இருசாராருமே சரியான கல்வியை கற்கத் தொடங்க வேண்டும். தனிமனிதனின் சொந்த வாழ்க்கையும், அவன் பொது வாழ்க்கையும் முரண்பட்டிருப்பதைப் பார்க்கலாம். இதுதான் அவனுள்ளும், அவன் கொண்டுள்ள உறவுகளுடனும் முடிவுறாப் போராட்டத்தை உண்டு பண்ணுகிறது.

இந்தப் போராட்டம் தவறான கல்வியின் ஊக்குவித்தலோடு தொடருகிறது. அரசாங்கங்களும், மதங்களும் தம் முரண்பட்ட கோட்பாடுகளினால் குழப்பத்தை மேலும் அதிகரிக்கச் செய்கின்றன. எனவே ஆரம்பத்திலிருந்தே குழந்தையிடம் முரண்பாடு தோன்றி விடுகிறது; இது சொந்த வாழ்க்கையிலும் சமுதாயத்திலும் பெருங்கேடுகளை விளைவிக்கிறது.

இப்பிரச்சினையை உடனடியாக தீர்க்க வேண்டியதின் அவசியத்தை உணர்ந்து கொண்டதோடல்லாமல் குழந்தைகளிடம் அன்பும் கொண்டிருக்கும் நாம்,

தீர்வுக்கான வழியைக் காண முற்றிலுமாக நம்மை ஈடுபடுத்திக் கொண்டால், சரியான கல்வியும் அறிவார்ந்த வீட்டுச் சூழலையும் ஏற்படுத்தி, அதன் மூலம் முரண்பாடற்ற முழுமையான மனிதனாக மாணவன் உருவாக, நம்மால் உதவமுடியும். ஆனால் நாமும் பெரும்பாலானவர்கள் போல, நம் நெஞ்சங் களை தந்திரமான எண்ணங்களால் நிரப்பிவிட்டால், நம் குழந்தைகள் போர்களிலும், பஞ்சங்களிலும், அவர்தம் மனோரீதியான முரண்பாடுகளிலும் அழிந்து கொண்டிருப்பதைத் தொடர்ந்து பார்த்துக் கொண்டிருப்போம்.

நம் மனப்பாங்கினை முழுவதுமாக மாற்றிக் கொள்வதால் வருவது சரியான கல்வி. எந்தக் காரணத்தைக் கொண்டும் - அந்தக் காரணம் என்னதான் சரியானதாக இருந்தாலும் - நாம் ஒருவரை ஒருவர் கொல்லக்கூடாது என்ற கருத்தை நாம் மீண்டும் புதியதாய் படித்தறிய வேண்டும். உலகத்தின் எதிர்கால மகிழ்ச்சியை நிச்சயம் ஒரு குறிப்பிட்ட கொள்கை கொண்டுவரும் என்று தோன்றினாலும் அதற்காக மனிதனை மனிதன் கொல்வது கூடாது. நாம் இரக்கவுணர்வோடும், போதுமென்ற மனதோடும் இருப்பதற்கும் அந்த உயர்வான உன்னதத்தைத் தேடுவதற்கும் கற்றுக் கொள்ள வேண்டும். அப்போது தான் மனிதகுலத்திற்கு உண்மையான விமோசனம் கிடைக்கக்கூடும்.

3

அறிதிறன், அதிகாரம் மற்றும் மெய்யுணர்வு

ஒவ்வொருவருக்கும் எழுதவும் படிக்கவும் கற்றுக்கொடுத்து விட்டால், மானுடப் பிரச்சினைகள் அனைத்தையும் தீர்த்துவிடலாம் என்று நம்மில் பெரும்பாலோர் எண்ணுகிறார்கள். ஆனால் இந்த கருத்து தவறு என்று நிரூபிக்கப்பட்டுவிட்டது. படித்தவர்கள் என்று அழைக்கப்படும் அனைவரும் அமைதியை விரும்பும், பூரணத்துவம் பெற்ற மனிதர்கள் அல்லர். இவ்வுலகத்தின் பெருந்துயரத்திற்கும் குழப்பத்திற்கும் அவர்களின் பங்களிப்பும் உள்ளது.

சரியான கல்வி என்பதின் பொருள், மெய்யுணர்வை விழித்தெழச் செய்து, பூரணத்துவம் கொண்ட வாழ்க்கையைப் பேணி வளர்ப்பது என்பதாகும். இப்படிப்பட்ட கல்வியே ஒரு புதிய பண்பாட்டையும் அமைதியான உலகத்தையும் படைக்க இயலும். அத்தகையதொரு புதிய வகையான

கல்வியைக் கொண்டுவர, நாம் முற்றிலும் வேறுபட்ட அடிப்படையில் புத்தம் புதியதாகத் தொடங்கவேண்டும்.

நம்மைச் சுற்றிலும் உலகமானது சிதைந்து போய்க் கொண்டிருக்கையில், நாம் கோட்பாடுகளையும், வீணான அரசியல் விஷயங்களையும் விவாதித்துக் கொண்டிருக்கிறோம். மேலோட்டமான சீர்திருத்தங் களைச் செய்து விளையாடிக் கொண்டிருக்கிறோம். இச்செய்கை நமது பொறுப்பின்மையை சுட்டிக்காட்ட வில்லையா? 'ஆம், பொறுப்பின்மையே' என சிலர் ஒப்புக்கொள்வர்; ஆனாலும் அவர்களே முன்பு எதைச் செய்தார்களோ அதையே தொடர்ந்து செய்வார்கள் - இதுதான் வாழ்க்கையின் வருத்தமளிக்கும் நிலை. உண்மையை செவிமடுக்கும் நாம் அதன்படி நடக்கா விட்டால், அவ்வுண்மை நம்முள் நஞ்சாக ஆகிவிடுகிறது. இந்த நஞ்சு பரவி உளரீதியான கொந்தளிப்புகளை, சீர்குலைவை, உடல்நலக்கேட்டை கொண்டு வருகிறது. எப்போது தனிமனிதனிடம் ஆக்கப்பூர்வமான மெய்யுணர்வு விழித்தெழச் செய்யப்படுகிறதோ, அப்போதுதான் ஓர் அமைதியான மற்றும் மகிழ்ச்சி கரமான வாழ்க்கைக்கான சாத்தியம் இருக்கிறது.

நாம் ஓர் அரசாங்கத்திற்குப் பதிலாக இன்னொரு அரசாங்கத்தை, ஒரு கட்சி அல்லது இனத்திற்குப் பதிலாக இன்னொரு கட்சியை அல்லது இனத்தை, ஒரு சுரண்டல்வாதிக்குப் பதிலாக இன்னொரு சுரண்டல்வாதி என்று வெறுமனே மாற்றம் கொண்டு வருவதால் நாம் புத்திசாலிகள் என்பதில்லை. இரத்தக்களறியான புரட்சியால் நம் பிரச்சினைகளுக்குத் தீர்வு காண ஒருகாலும் முடியாது. நம் அனைத்து விழுமியங்

களையும் மாற்றச் செய்யும் அந்த ஆழமான அகப்புரட்சியால் மட்டுமே வேறுபட்ட சூழலையும், மெய்யுணர்வுடன் கூடிய சமுதாய அமைப்பையும் கொண்டுவர முடியும். அப்படிப்பட்டதோர் புரட்சியை உங்களாலும் என்னாலும் மட்டுமே கொண்டுவர முடியும். நாம் ஒவ்வொருவரும் நம் உளரீதியான தடைகளை உடைத்தெறிந்து சுதந்திர மானாலொழிய ஒரு புதிய சமுதாய ஒழுங்கமைப்பு வெளிப்படாது.

புதியதோர் உலகிற்கான, கற்பனைச் சொர்க்க புரிக்கான (utopia) திட்ட விவரண வரைபடத்தை காகிதத்தில் வரையலாம்; அனுமானிக்க முடியாத எதிர்காலத்திற்காக நிகழ்காலத்தை பலியாக்குவது, நிச்சயமாக எந்தப் பிரச்சினையையும் தீர்க்காது. நிகழ் காலத்திற்கும் எதிர்காலத்திற்கும் இடையே குறுக்கிடு கின்ற கூறுகள் பல உள்ளன. எனவே எதிர்காலம் எப்படி இருக்கும் என்பதை எந்த மனிதனும் அறியான். ஆகவே, உண்மையிலேயே உலகநலனில் நாம் அக்கறை கொண்டிருந்தால் நம்மால் செய்யக்கூடியதும் மற்றும் செய்தே ஆகவேண்டியதும் என்னவென்றால் எதிர் காலத்தில் தீர்வு காணலாம் என்று தள்ளிப்போடாமல் இக்கணமே பிரச்சினைகளுக்குத் தீர்வு காண்பதே. நிலைபேறுடைமை (eternity) எதிர்காலத்தில் இல்லை; நிலைபேறுடைமை இக்கணம்தான். நிகழ்காலத்தில் தான் நம் பிரச்சினைகள் உள்ளன. எனவே நிகழ்காலத்தில் மட்டுமேதான் அவைகளுக்குத் தீர்வு காணப்படக்கூடும்.

நம்மில் எவரெல்லாம் புதியதோர் உலகைச் சமைக்க அக்கறை கொண்டிருக்கிறோமோ அவர்களெல்லாம்

தமக்குத் தாமே புதுவாழ்வூட்டிக் கொள்ள வேண்டும். தற்காப்பு மற்றும் ஆக்கிரமிப்பு ஆசைகளினால் தோற்றுவிக்கப்பட்ட விழுமியங்களை உடைத்தெறிந்து விட்டு நாம் வெளியேறின பிறகுதான், புதுவாழ்வூட்டல் சாத்தியப்படும். தன்னறிவுதான் சுதந்திரத்தின் தொடக்கம். நாம் நம்மை அறிந்தபோதுதான் வாழ்வில் ஒழுங்கையும் அமைதியையும் நம்மால் கொண்டுவர முடியும்.

இப்போது சிலர் கேட்கலாம்: "வரலாற்றைப் பாதிக்கும் அளவிற்கு தனிமனிதனால் என்ன செய்துவிட முடியும்? அவன் வாழ்க்கை முறை இருக்கும் தரத்தில் அவனால் எதையாவது சாதிக்க முடியுமா என்ன?". நிச்சயம் அவனால் முடியும். நீங்களும் நானும் உடனடியாக நடக்கப்போகும் போர்களை நிறுத்திவிட முடியாது. அல்லது, நாடுகளுக்கிடையே சட்டென்று புரிதலையும் உண்டாக்கிவிட முடியாது என்பதும் தெளிவாகத்தான் தெரிகிறது. ஆனாலும், குறைந்தபட்சம், நம் அன்றாட வாழ்க்கை உறவுமுறையில் அடிப்படையான ஒரு மாற்றத்தை நம்மால் கொண்டுவர முடியும். அந்த மாற்றம், அதற்கேயுரிய பாதிப்பை உலகில் ஏற்படுத்தும்.

பலன்களில் ஆவலற்று இருக்கும்பட்சத்தில், தனிமனிதனின் ஞானத்தெளிவு, மக்கள் குழாத்தை நிச்சயம் பாதிக்கிறது. இலாபம் மற்றும் விளைவு என்று ஒருவர் கணக்குப் போட்டு சிந்திப்பாராகில், அவருள் சரியான மாற்றம் ஏற்படுவதற்கு சாத்தியமில்லை.

அறிதிறன், அதிகாரம் மற்றும் மெய்யுணர்வு 81

மனித பிரச்சினைகள் என்பவை சுலபமானவை அல்ல; அவை மிகவும் சிக்கலானவை. அவற்றைப் புரிந்துகொள்ள பொறுமையும், ஆழ்ந்த நுண்ணறிவும் தேவை. தனிமனிதர்களாக நாமே பிரச்சினைகளைப் புரிந்து கொண்டு, தீர்வு காண்பது மிகமிக முக்கிய மானது. சுலபமான சூத்திரங்களால் அல்லது முழக்கங் களால் அவற்றைப் புரிந்துகொள்ள முயலக் கூடாது, அல்லது, ஒரு குறிப்பிட்ட தனித்துறை வல்லுநர்களால் அவர்கள் திறமைக்கேற்ப பிரச்சினைக்கு தீர்வு காணப்படக்கூடாது. வல்லுநர்களின் வழிகாட்டல் மேலும் குழப்பத்திற்கும் பெருந்துயருக்குமே வழி கோலும். நம்முடைய முழுவதுமான ஆக்க முறைமையை நாமே விழிப்புணர்வுடன் அறிந்து கொண்டால் மட்டுமே நம்முடைய பிரச்சினைகளைப் புரிந்துகொள்ளவும் தீர்க்கவும் முடியும். அதாவது நம்முடைய முழு உளப் பாங்கினைப் புரிந்துகொள்ள வேண்டும். இந்தப் புரிதலுக்கான திறவுகோலை எந்த ஒரு மதகுருவோ அல்லது அரசியல் தலைவரோ நமக்குக் கொடுக்க இயலாது.

நம்மை நாம் புரிந்துகொள்வதற்கு, நம் உறவை விழிப்புடன் உணர்தல் வேண்டும். நாம் மக்களுடன் கொண்ட உறவை மட்டுமல்லாமல், சொத்து, கருத்துக் கள், இயற்கை ஆகியவைகளுடனான உறவையும்கூட விழிப்புடன் உணர்தல் வேண்டும். எல்லா சமூகத்திற் கும் அடிப்படையாக அமைந்துள்ள மனித உறவில் ஓர் உண்மையான புரட்சியைக் கொண்டுவர நம்முடைய விழுமியங்களிலும், பார்வையிலும், ஓர் அடிப்படையான மாற்றம் ஏற்பட்டே தீரவேண்டும்.

ஆனால் நாமோ தேவையானதும் அடிப்படையானது மான இந்த நம் மாற்றத்தைத் தவிர்க்கிறோம். நாம் மாற்றம் அடையாமலே உலகில் அரசியல் புரட்சி களைக் கொண்டுவர முயற்சிக்கிறோம். இதனால், எப்போதும் இரத்தக்களரியான யுத்தங்களும் பெரும்கேடும் விளைகின்றது.

மனக்கிளர்ச்சியை அடிப்படையாகக் கொண்ட உறவு, 'தான்' என்ற உணர்விலிருந்து விடுபடுவதற்கான வழியாக இருக்கமுடியாது. நம் உறவுகள் பெரும் பாலானவை மனக்கிளர்ச்சியைத்தான் அடிப்படை யாகக் கொண்டிருக்கின்றன. இவ்வுறவுகள் அனைத்துமே, நம் சொந்த அனுகூலத்திற்காகவும், சௌகரியத்திற்காகவும், உள ரீதியான பாதுகாப்பிற் காகவும் நம்முள் தோன்றும் விருப்பத்திலிருந்து பிறக்கின்றது. அவை 'தான்' என்ற உணர்விலிருந்து கணநேரம் தப்பிச் செல்வதற்கு வாய்ப்பு தரலாம். ஆனால் இப்படிப்பட்ட உறவுகள் தங்களின் சுற்றிப் பிணைக்கும் செயல்பாடுகளால் 'தான்' என்ற உணர்வை மேலும் வலுப்படுத்திவிடுகின்றன. உறவு என்பது நிலைக் கண்ணாடி - அதில் 'தான்' மற்றும் அதன் அனைத்து நடவடிக்கைகளையும் பார்க்கமுடியும். உறவில் நிகழும் எதிர்வினைகளின் மூலம் 'தான்' செயற்படும் வழிகளைப் புரிந்துகொள்ள முடியும்; அப்புரிதலில் 'தான்' என்பதிலிருந்து ஆக்கப்பூர்வமான விடுதலை கிடைக்கிறது.

இந்த உலகத்தை மாற்றவேண்டுமெனில், நம்மில் புத்துயிர்ப்பு இருந்தாக வேண்டும். வன்முறையால் ஒருவரையொருவர் எளிதில் அழித்துக்கொள்வதால், எந்த

ஒன்றையும் அடைந்துவிட முடியாது. குழுக்களுடன் சேர்ந்து கொள்வதினாலும், சட்டமியற்றுவதினாலும், சமூகம் மற்றும் பொருளாதார சீர்திருத்த நெறிமுறை களை கற்றறிவதினாலும், அல்லது பிரார்த்தனை யினாலும் பிரச்சினைகளிலிருந்து நாம் தற்காலிகமான விடுதலை பெறமுடியும். ஆனால் தன்னைப் பற்றிய அறிவும், அதில் உள்ளுறைந்திருக்கும் அன்பும் இல்லாமல், நாம் எதைச் செய்தாலும் நம் பிரச்சினைகள் மேலும் பெருகும். ஆகையால், நம்மைப் புரிந்து கொள்வதற்காக நம் மனத்தையும் இதயத்தையும் ஈடுபடுத்தி நம்மை நாம் அறியும்போது, நம் கலக்கங் களுக்கும் துயரங்களுக்கும் நம்மால் ஐயத்திற்கிடமின்றி தீர்வுகாண முடியும்.

தற்காலக் கல்வி, நம்மை தீர்க்கமான சிந்தனை இல்லாதவர்களாக உருவாக்குகிறது. தனிமனிதனின் வாழ்க்கைத் தொழிலை (vocation) கண்டறிய உதவிகரமாக கல்வி இல்லை. நாம் குறிப்பிட்ட தேர்வுகளை எழுதி வெற்றி பெற்றுவிடுகிறோம்; அதிர்ஷ்டம் இருந்தால் நமக்கு ஒரு வேலையும் கிடைத்துவிடுகிறது. வாழ்நாள் முழுவதும் செக்கு மாடாய், இயந்திரத்தனமாய் உழைக்க வேண்டும். நாம் செய்யும் வேலையை நாம் விரும்பாமல் போகலாம்; ஆனாலும், பிழைப்புக்கான வேறு வழி இல்லாததால் அதை நாம் தொடர்ந்து செய்தாக வேண்டும். நாம் முற்றிலும் வேறுபாடான வேலை ஒன்றை செய்ய விரும்பலாம். ஆனால், ஏற்றுக்கொண்டுள்ள கடமை களும், பொறுப்புகளும், நம்மைக் கட்டிப்போட்டு வைத்திருக்கின்றன. கவலைகளும், அச்சங்களும் நம்மை

அழுத்துகின்றன. விரக்தி அடைந்த நிலையில், மது, காமம், அரசியல் அல்லது விசித்திரமான மதம் என்று ஏதோ ஒரு வழியில் நாம் தப்பிக்க முயற்சிக்கிறோம்.

நம்முடைய எதிர்பார்ப்புகள் கைகூடாமல் தடைப்பட்டபோது, நாம் விரக்தியடைந்து தப்பித்தல் முயற்சியில் இறங்கும்போது, அதற்கு நாம் தேவையில்லாத முக்கியத்துவம் கொடுக்கிறோம். மனோரீதியில் வக்கிரமான ஒரு திருப்பத்தை வளர்த்துக் கொள்கிறோம். வாழ்க்கை, அன்பு, அரசியல், சமயம் மற்றும் சமூக விருப்பங்கள், அவைகள் விடுக்கும் கோரிக்கைகள் மற்றும் இடையூறுகள் ஆகியவற்றைப் பற்றி நமக்கு முழுமையான புரிதல் இல்லாதபோது, நம் உறவுகளில் பிரச்சினைகள் அதிகரித்துக் கொண்டே போகும். இவை நம்மை அழிவிற்கும் பெருந்துயருக்கும் கொண்டு செல்லும்.

அறியாமை என்பது 'தான்' என்ற உணர்வின் செயல்வழிகளைப் பற்றிய அறிவின்மையாகும். இந்த அறியாமையை மேலோட்டமான நடவடிக்கைகளாலும் சீர்திருத்தங்களாலும் போக்கிவிட முடியாது. இதை, ஒருவர், தம் உறவுமுறைகளில் 'தான்' என்பதின் அனைத்து இயக்கங்களையும் எதிர்வினைகளையும் எப்போதும் விழிப்புணர்வோடு நோக்கும்போது போக்கிவிட முடியும்.

நாம் சூழலால் கட்டுண்டு கிடக்கிறோம் என்பதோடல்லாமல், நாம் சூழ்நிலையிலிருந்து பிரிந்திருக்கவில்லை என்பதையும் நாமே சூழல் என்ற உண்மையையும் நாம் அவசியம் உணர்ந்து

அறிதிறன், அதிகாரம் மற்றும் மெய்யுணர்வு 85

கொள்ளவேண்டும். நம் சிந்தனைகளும் எதிர்வினை களும் சமுதாயம் நிர்ணயித்துள்ள விழுமியங்களுக்குக் கட்டுப்பட்டவை. நாமும் சமூகத்தின் ஒரு பாகமாய் உள்ளோம்.

நாம்தான் ஒட்டுமொத்த சூழல் என்பதை நாம் பார்ப்பதே இல்லை. ஏனெனில், நம்முள் பல கூறுகள் இருக்கின்றன. அவை அனைத்தும் 'தான்', 'எனது' என்பவற்றை வட்டமிட்டுச் சுற்றியபடியே இருக்கின்றன. பல்வேறு விதத்தில் இருக்கும் ஆசைகளே 'தான்', 'எனது' என்பதை உருவாக்கும் கூறுகளாக உள்ளன. விருப்பங்களின் கூட்டுச் சேர்க்கையிலிருந்து பிறப்பது ஒரு மைய உருவம், அதுவே சிந்தனையாளன், 'நான், எனது' என்ற எண்ணம். இவ்வாறு 'தான்' என்றும் தனது அல்லாததை 'பிறர்' என்றும் பிரித்து பிரிவினைத் தோற்றுவிக்கப்படுகிறது; 'தான்' தன்னை சூழல், சமூகம் ஆகியவற்றிலிருந்து பிரித்துப் பார்க்கிறது. இந்தப் பிரிவுதான், அகத்திலும் புறத்திலும் எழும் போராட்டங் களின் ஆரம்பமாக அமைகிறது.

வெளிப்படையாகவும் மறைந்தும் உள்ள 'தான்' என்பதின் ஒட்டுமொத்த இயக்கத்தை விழிப்புணர்வு டன் நோக்குவதே தியானமாகும். தியானத்தின் மூலமாக, ஆசைகள், மற்றும் போராட்டங்களோடு கூடிய 'தான்' முடிவுற்று, அப்பால் செல்கிறது. 'தான்', 'எனது' என்பதற்குத் தஞ்சம் அளிக்கும் விழுமியங்கள் மற்றும் கருத்துகளிடமிருந்து விடுதலை பெறுவதற்கு 'தான்' என்பதைப்பற்றிய அறிவு தேவை; ஆக, இந்த விடுதலையில் மட்டுமே படைப்பு, உண்மை, கடவுள் போன்ற எதுவும் இருக்கும்.

மிக இளம் வயதிலிருந்தே, நம் சிந்தனையையும் உணர்வையும், மரபுகளும் அபிப்பிராயங்களும் உருவாக்குகின்றன. நேரடி பாதிப்புகளும் மனப்பதிவுகளும் உண்டாக்கும் தாக்கங்கள் மிகவும் சக்தி வாய்ந்ததாகவும் நீடித்திருப்பதாகவும் உள்ளன; இவையே வாழ்க்கையை பிரக்ஞை நிலையிலும் ஆழ்மனநிலையிலும் நிர்ணயிக்கின்றன. குழந்தை பருவத்திலிருந்தே கல்வி மற்றும் சமுதாய தாக்கம் காரணமாக இணங்கிப் போதல் என்ற போக்கு நம்மிடம் ஆரம்பமாகிவிடுகிறது.

நம் வாழ்க்கையில் பிறரைப் பின்பற்றுதல் என்பது மிகவும் சக்திவாய்ந்த விருப்பமாக இருக்கிறது. அவ்விருப்பம், மேலோட்டமான விஷயங்களில் மட்டுமல்லாமல், ஆழ்ந்த சிந்தனை போன்ற விஷயங்களிலும் ஏற்படுகிறது. நம்மிடம் சுதந்திரமான சிந்தனைகளோ உணர்வுகளோ இல்லை என்றே சொல்லலாம். அப்படியே அவை சிலநேரங்களில் தோன்றினாலும் அவை வெறும் எதிர்வினைகள் மட்டுமே; சுதந்திரமானவை அல்ல. சம்பிரதாயத்தில் கட்டுண்ட மனதில் தோன்றும் எதிர்வினை, மரபுகளைச் சார்ந்தே இருக்கும்.

உண்மையை அல்லது கடவுளை உணர தத்துவமும் மதமும் சில குறிப்பிட்ட நெறிமுறைகளை வகுத்திருக்கின்றன. ஒரு நெறிமுறையை வெறுமனே பின்பற்றுவது என்பது சிந்தனைக்குறைவுடனும் பூரணத்துவமடையாமலும் இருப்பதாகும். எவ்வளவு தான் அந்த நெறிமுறை நம் அன்றாட சமூகவாழ்வில் பயனுள்ளதாக இருந்தபோதிலும் வெறுமனே

பின்பற்றுதலில் பயனேதுமில்லை. ஒத்துப் போக வேண்டுமென்ற நிர்ப்பந்தமானது, பாதுகாப்புக்கான ஆசையாகும். அது அச்சத்தை வளர்க்கிறது; அரசியல் மற்றும் மத அதிகாரங்களை முதன்மைப்படுத்துகிறது. தலைவர்களும் புகழேணியின் உச்சியிலிருப்பவர்களும், தமக்கு பிறர் கீழ்ப்படிந்து நடப்பதை ஊக்குவிக்கின்றனர். அவர்கள் நம்மேல் வெளிப்படையாகவோ மறை முகமாகவோ ஆதிக்கம் செலுத்துகிறார்கள். ஆனால், ஒத்துப் போகாதிருத்தல் என்பது அதிகாரத்துக்கு எதிரான எதிர்வினையாற்றல் மட்டுமே! அது எந்த வழியிலும் நாம் சுதந்திரமான முழுமனிதர்களாவதற்கு உதவி செய்வதில்லை. எதிர்வினை முடிவேயற்றது. அது மேன்மேலும் எதிர்வினைகளுக்குத்தான் கொண்டு செல்லும்.

அச்சத்தை அடிநாதமாகக் கொண்ட ஒத்துப் போதல் என்பது ஓர் இடையூறு; ஆனால் இந்த உண்மையை அறிவுப்பூர்வமாக மட்டுமே புரிந்து கொள்வதால் அந்த இடையூற்றை அகற்றிவிட முடியாது. நம் இருத்தலின் முழுஆளுமையுடன் இந்த இடையூறுகளைப் பற்றிய விழிப்புணர்வை நாம் பெறும்போதுதான் ஆழமான தடங்கல்களை மேலும் உண்டாக்காமல் இடையூறுகளிலிருந்து நாம் விடுபடுவோம்.

நாம் அகத்தளவில் சார்ந்திருக்கும்போது, சம்பிரதாயம் நம்மீது மிகுந்த ஆதிக்கம் செலுத்துகிறது. எந்த ஒரு மனம் மரபு வழியில் சிந்திக்கிறதோ அது புதிய ஒன்றைக் கண்டுபிடிக்க இயலாது. ஒத்துப்போவதினால்,

நாம் இரண்டாம்தரமானவர்களாக, போலித்தனமான வர்களாக, சமூகம் எனும் கொடூர இயந்திரத்தின் பல்சக்கரமாக ஆகிறோம். நாம் என்ன சிந்திக்கிறோம் என்பதுதான் முக்கியமே தவிர, மற்றவர்கள் நாம் எப்படி சிந்திக்க வேண்டும் என்று விரும்புகிறார்கள் என்பது முக்கியமல்ல. நாம் மரபோடு ஒத்துப் போகும்போது, நாம் 'எப்படி இருக்க வேண்டும்' என்பதின் வெறும் நகல்களாகிறோம்.

நாம் 'எப்படி இருக்க வேண்டும்' என்பதின் நகலாக இருப்பது, நம்முள் அச்சத்தை வளர்க்கிறது; அச்சம், படைப்பாற்றலோடு கூடிய சிந்தனையை அழிக்கிறது. அச்சம், மனதையும் நெஞ்சையும் மந்தப்படுத்தி விடுவதால், வாழ்க்கையின் முழு உட்பொருளைப் பற்றிய விழிப்புணர்வுடன் நாம் இருக்கவில்லை. சொந்தத் துயரங்கள், பறந்து செல்லும் பறவைகள், நண்பரின் புன்னகை, மற்றவரின் பெருந்துயரம் போன்ற இன்னபிறவற்றிற்கு மென்னயவுணர்வற்று இருக்கிறோம்.

பிரக்ஞை நிலையில் உணரும் அச்சத்திற்கும் ஆழ்மனத்தில் தோன்றும் அச்சத்திற்கும் பல்வேறான காரணங்கள் இருக்கின்றன. அவைகளை ஒழித்துக் கட்டுவதற்கு விழிப்புமிக்க கண்காணிப்புத் தேவைப் படுகிறது. அச்சத்தை, ஒழுங்கு கட்டுப்பாட்டினாலோ, பண்பை மேம்படுத்திக் கொள்வதினாலோ, மனவுறுதிப் பாட்டினாலோ, அழித்துவிட முடியாது. அச்சத்தின் காரணங்களைத் தேடிக் கண்டுபிடித்து புரிந்துகொள்ள வேண்டும். இதற்கு பொறுமையும் எந்தவிதமான

அறிதிறன், அதிகாரம் மற்றும் மெய்யுணர்வு ௸ **89**

முடிவிற்கும் இடம் கொடுக்காத விழிப்புணர்வும் தேவைப்படுகிறது.

நம் பிரக்ஞை நிலையில் உணரும் அச்சத்தை ஆழ்மன அச்சத்தோடு ஒப்பிட்டுப் பார்க்கும்போது, முன்னதைப் புரிந்துகொள்வதும் முடிவுறச் செய்வதும் சுலபமாகும். ஆனால், மேற்பரப்பிற்கு வருவதற்குக்கூட ஆழ்மனத்திலிருக்கும் அச்சங்களை நாம் அனுமதிப்ப தில்லை என்பதால் நம்மில் பெரும்பாலோர் அவ்வகை அச்சங்களைப் பற்றி அறியக்கூடமாட்டார்கள். அவை அபூர்வமான சமயங்களில் மேற்பரப்பிற்கு வரும்போது நாம் அவற்றிலிருந்து தப்பித்துப் போய்விட அவற்றை மறைக்க விரைகிறோம். ஒளிந்திருக்கும் அச்சங்கள், கனவுகள் மற்றும் குறிப்பாலறிவிக்கும் வடிவங்கள் மூலமாக அவை தம் இருப்பை வெளிக்காட்டிக் கொள்கின்றன. அவை மேலெழுந்தவாரியான அச்சங் களைவிட மிகுதியான அழிவிற்கும் போராட்டத்திற் கும் காரணங்களாக இருக்கின்றன.

நம் வாழ்க்கை அன்றாட நிகழ்வுகளாக மேற்பரப் பில் தெரிவது மட்டுமல்ல; அதன் பெரும்பகுதி, மேம்போக்கான நம் பார்வையிலிருந்து மறைக்கப்பட்டு இருக்கிறது. நம்முடைய மறைந்திருக்கும் அச்சங்கள் தெரியும்படிக்கு வெளிவந்து கரைந்து போகவேண்டும் என்றால் நம் பிரக்ஞை மனம், சதா எண்ணிக்கொண்டே இல்லாமல் அமைதியாக இருக்கவேண்டும். பிறகு இந்த விளங்காத அச்சங்கள் தெரியும்படிக்கு வெளிப்படும் போது, அவை அப்படியே தடையேதுமின்றி கூர்ந்து கவனிக்கப்பட வேண்டும். அவற்றைக் கண்டனம்

செய்தாலோ அல்லது நியாயப்படுத்தினாலோ அச்ச மானது மேலும் வலிமை பெறும். அனைத்து அச்சத் திலிருந்தும் விடுபட வேண்டுமெனில், நாம் அதன் கொடிய பாதிப்பைப் பற்றிய விழிப்புணர்வு பெற்றிருக்க வேண்டும்; இடைவிடாத கண்காணிப்பு மட்டுமேதான் அச்சத்தின் பல காரணங்களைப் புலப்படுத்தும்.

அச்சத்தின் பல விளைவுகளில் ஒன்று என்னவெனில் மனித விவகாரங்களில் அதிகாரத்தை ஏற்றுக்கொள்வது என்பதாகும். நாம் சரியாகவும், பாதுகாப்பாகவும், சௌகரியமாகவும் இருக்க, சச்சரவுகள் அல்லது கவலைகள் எதுவும் இல்லாமல் இருக்க நாம் விரும்புவதால், அதிகாரம் உண்டாக்கப் படுகிறது. அச்சத்திலிருந்து விளைகின்ற எதுவும் நம் பிரச்சினைகளை புரிந்துகொள்ள உதவி செய்யாது. ஞானிகள் என்றழைக்கப்படுபவர்களுக்கு நாம் அளிக்கும் மரியாதை மற்றும் கௌரவமும், நமக்குள்ளிருக்கும் அச்சத்தின் விளைவாக இருப்பதால், பிரச்சினையைத் தீர்க்க அவ்வழியாலும் முடியாது. ஞானிகள், அதிகாரம் செலுத்துவதில்லை; அதிகாரத்தில் உள்ளவர்கள், ஞானிகள் இல்லை. அச்சம் எந்த வடிவத்திலிருந்தாலும் அது நம்மையும் மற்றும் அனைத்துப் பொருள்களுடன் உள்ள நம் உறவையும் நாம் புரிந்துகொள்ளவிடாமல் தடுக்கிறது.

அதிகாரத்தைப் பின்பற்றுவது என்பது மெய் யுணர்வை மறுப்பதாகும். அதிகாரத்தை ஒப்புக் கொள்வது என்பது ஆதிக்கத்திற்கு அடிபணிந்து, மதம் அல்லது அரசியல் சார்ந்த ஓர் தனிமனிதனுக்கு, ஒரு

அறிதிறன், அதிகாரம் மற்றும் மெய்யுணர்வு ☙ 91

குழுவிற்கு அல்லது ஓர் சித்தாந்தத்திற்கு ஒருவன் தன்னைத்தானே அடிமைப்படுத்திக் கொள்வதாகும். எனவே, ஒருவன் தன்னை இப்படி அதிகாரத்திற்கு அடிமைப்படுத்திக் கொள்ளுதல், மெய்யுணர்வை மட்டுமல்லாது, தனிமனித சுதந்திரத்தையும் அது மறுப்பதாக அமைகிறது. ஒரு மதக்கோட்பாடு அல்லது ஒரு நெறிமுறையின் கொள்கைகள்படி நடந்து கொள்வது, தற்காப்பின் பொருட்டு மேற்கொள்ளப் படும் எதிர்வினையாகும். அதிகாரத்தை ஏற்றுக் கொள்வதால் நம் இடர்பாடுகளையும் பிரச்சினை களையும் தற்காலிகமாக சமாளிக்க முடியலாம்; ஆனால் பிரச்சினையை தவிர்ப்பது, அதை மேலும் தீவிரமடைய செய்கிறது; பிரச்சினையைத் தவிர்க்கும் செயல்பாட்டில் தன்னறிவும் சுதந்திரமும் கைவிடப்படுகின்றன.

எப்படி சுதந்திரத்திற்கும் அதிகாரத்தை ஏற்றுக் கொண்டமைக்கும் சமரச இணக்கம் இருக்க முடியும்? அப்படிப்பட்ட சமரச இணக்கம் இருக்குமேயானால், தன்னைப் பற்றிய அறிவையும் விடுதலையையும் தேடுபவர்களாக சொல்லிக் கொள்பவர்கள், அவர்களின் அந்த முயற்சியில் உண்மையில் தீவிர அக்கறையற்றவர் கள்தான். சுதந்திரம் என்பதை அடையவேண்டிய இலக்காக நாம் எண்ணுகிறோம். அந்த இலக்கை, சுதந்திரத்தை அடைவதற்காக, பல்வேறு வடிவங்களில் வரும் ஒடுக்குதலுக்கும் அச்சுறுத்தலுக்கும் அடிபணிந்து போகவேண்டும் எனவும் எண்ணுகிறோம். ஒத்துப் போவதின் மூலமாக நாம் விடுதலையை அடைய முடியும் என்று நம்புகிறோம்; விடுதலை அடைய மேற்கொள்ளப்படும் மார்க்கமும், அடையப்போகும்

பலனைப் போன்றே முக்கியத்துவம் பெற்றது, இல்லையா? பலனை, மார்க்கம்தானே உருவாக்குகிறது?

அமைதியை வேண்டின், அமைதியான வழிகளை மேற்கொள்ள வேண்டும்; வழிகள் வன்முறையானவை களாக இருந்தால், முடிவு எப்படி அமைதியாய் இருக்கும்? முடிவில் அடையவேண்டிய இலட்சியம் விடுதலை என்றால், தொடக்கமும் விடுதலையாகத் தான் இருக்க வேண்டும். ஏனெனில், முடிவும் அதன் தொடக்கமும் ஒன்றேதான். தொடக்க முதலிலேயே விடுதலை இருந்தால் மட்டுமே தன்னைப் பற்றிய அறிவும் மெய்யுணர்வும் இருக்கமுடியும்; அதிகாரத்தை ஏற்றுக்கொள்வதில் விடுதலை மறுக்கப்படுகிறது.

அறிவு, வெற்றி, பதவி போன்ற பல வடிவங்களில் அதிகாரத்தை நாம் வணங்கி வழிபடுகிறோம். இளைஞர்கள் மேல் அதிகாரம் செலுத்துகிறோம். ஆனால் அதே சமயத்தில் நமக்கு மேல் உள்ள உயர் அதிகாரத்தைக் கண்டு அஞ்சுகிறோம். அகக்காட்சி (inward vision) இல்லாதபோது, புறத்தில் அதிகாரம் மற்றும் பதவி மிகப்பெரிய முக்கியத்துவம் பெறு கின்றன. இந்நிலையில் அதிகாரத்திற்கும் நிர்ப்பந்தத் திற்கும் மனிதன் மேலும் மேலும் அடிமைப்பட்டு மற்றவர்களின் கைப்பாவையாகிறான். நம்மைச் சுற்றிலும் இந்த நடைமுறை இயங்குவதை நாம் பார்க்கலாம். நெருக்கடி நேரங்களில் ஜனநாயக நாடுகள்கூட சர்வாதிகார அரசுகள்போல் நடந்து கொள்கின்றன; மக்களாட்சி என்பதை அவை மறந்து மக்களை பணிந்து போகும்படி கட்டாயப் படுத்துகின்றன.

நாம், அதிகாரம் செலுத்த வேண்டும் அல்லது அதிகாரத்துக்குக் கீழ்ப்படிந்து போகவேண்டும் என்ற நம் விருப்பத்திற்குக் காரணியாக இருப்பதைப் புரிந்து கொள்ள முடியுமானால், அப்போது அதிகாரத்தின் கொடிய பாதிப்புகளிடமிருந்து நம்மை விடுவித்துக் கொள்ளக்கூடும். முடிவுகளில் உறுதியானவர்களாகவும், சரியான முடிவெடுப்பவர்களாகவும், வெற்றியாள ராகவும் அறிந்துகொள்ள விரும்புகிறவராகவும் நாம் இருக்க வேண்டுமென நாம் ஏங்குகிறோம்; உறுதிப் பாடு, நிலைபேறு ஆகியவற்றிற்கான இந்த விருப்பம் நம்முள்ளே சுயஅனுபவத்தின் அதிகாரத்தைத் தோற்று விக்கிறது. அதே சமயத்தில் வெளிப்புறத்தே அது சமுதாயம், குடும்பம், மதம் மற்றும் இன்ன பிறவற்றின் அதிகாரத்தை உண்டுபண்ணுகிறது. வெறுமனே அதிகாரத்தை அலட்சியப்படுத்துவதோ அல்லது அதன் வெளிப்புற குறியீடுகளை உதறி விடுவதோ, சிறிதளவும் முக்கியத்துவம் பெறுவதில்லை.

ஒரு மரபை உதறிவிட்டு, மற்றொன்றைப் பற்றிக்கொள்வது, ஒரு தலைவரை விட்டுவிட்டு இன்னொருவரைப் பின்பற்றுவது என்பது ஒரு மேலோட்டமான அதிகார மறுத்தல் செய்கையாகும். அதிகாரம் செயல்படும் முறையை முழுமையாகக் கவனித்தறிய வேண்டுமானால் பாதுகாப்பிற்கான நம் விருப்பத்தை புரிந்துகொண்டு, அதைக் கடந்து வர வேண்டுமானால், நம்மிடம் பரந்துபட்ட விழிப்புணர் வும் ஆழ்ந்த நோக்கும் இருந்தாக வேண்டும். மேலும், முடிவில் விடுதலை என்பதாக இல்லாமல், தொடக்கத் திலேயே நாம் சுதந்திரமாக இருக்க வேண்டும்.

நிச்சயத்தன்மை மற்றும் பாதுகாப்பு ஆகிய வற்றின் மேல், வரம்பு கடந்த விருப்பம் கொள்வது, 'தான்' என்பதின் முக்கியமான செயல்பாடுகளில் ஒன்றாகும். எனவே, ஓயாது கட்டாயப்படுத்திக் கொண்டிருக்கும் இந்தத் தூண்டுதலை இடைவிடாது தொடர்ந்து கண்காணிக்க வேண்டும்; அதை வெறுமனே திரித்து திசை திருப்புவதோ விரும்பியவாறு மாற்றிக் கொள்வதோ கூடாது. நம் அநேகரிடம் 'நான்', 'எனது' என்ற எண்ணம் மிக வலிமையாக இருக்கிறது. உறக்கத்திலும் விழிப்பிலும் எப்போதும் தன்னை அது வலுவாக்கிக் கொண்டே இருக்கிறது. ஆனால் 'தான்' என்பதைப் பற்றிய விழிப்புணர்வு இருக்கையில், அதனின் அனைத்து செயல்பாடுகளும் - அவை எவ்வளவுதான் நுணுக்கமாக இருப்பினும் - போராட்டத்திற்கும் வேதனைக்கும் கொண்டு செல்வதைத் தவிர்க்கமுடியாது என்று அறியும்போது தான், நிச்சயத்தன்மைக்கும், தான் நீடித்து இருக்க வேண்டும் என்பதற்குமான அடங்காவிருப்பம் முடிவுக்கு வரும்; அதன் வழிகளையும் தந்திரங்களை யும் 'தான்' வெளிப்படுத்திக் கொள்வதைக் காண எப்போதும் 'தான்'-ஐ கண்காணித்தபடி இருக்க வேண்டும். எப்போது நாம் அவற்றை புரிந்துகொள்ளத் தொடங்குகிறோமோ, அதிகாரத்தின் உட்கருத்தைப் புரிந்துகொண்டு அதிகாரத்தை ஏற்றுக்கொள்ளல் மற்றும் மறுத்தல் ஆகியவற்றுடன் சம்பந்தப்பட்டிருக் கும் அனைத்தையும் புரிந்துகொள்கிறோமோ, அப்போதே நாம் அதிகாரத்திடமிருந்து நம்மை விடுவித்துக் கொள்கிறோம்.

சுயபாதுகாப்பிற்கான விருப்பமானது, தன்னை அடக்கவும் தன்மேல் அதிகாரம் செலுத்தவும் மனம் அனுமதிக்கும் வரை, 'தான்' மற்றும் அதன் பிரச்சினைகளிடமிருந்து விடுதலை கிடையாது. இக்காரணத்தினால்தான் கோட்பாடுகளையும், நிர்ணயிக்கப்பட்ட நம்பிக்கைகளையும் கொண்டிருக்கும் 'மதம்' என்று நம்மால் அழைக்கப்படுவதின் மூலமாக, 'தான்' என்ற உணர்விலிருந்து விடுதலைபெற நம்மால் முடிவதில்லை. கோட்பாடுகளும் நம்பிக்கைகளும் நம் மனதின் வெளிப்பாடுகளே. சடங்கு வழிபாடுகள், பூசை, ஏற்றுக் கொள்ளப்பட்ட தியானமுறைகள், ஜபங்கள் - ஜபங்கள் திருப்தி அளிக்கக்கூடிய இதமான உணர்வுகளை உண்டாக்கக்கூடும் - அனைத்துமே மனதை 'தான்' மற்றும் அதன் செயல்பாடுகளிலிருந்து விடுவிக்காது; ஏனெனில் 'தான்' என்பது சாராம்சத்தில் மனக் கிளர்ச்சியின் விளைவாகவே உள்ளது.

துயரப்படும் நேரங்களில் நாம் கடவுள் என அழைக்கப்படுவதை நாடுகிறோம். நாம் வணங்கும் கடவுள் நம் மனத்தின் ஒரு கற்பனை வடிவமே தவிர வேறு அல்ல. நமக்குத் தற்காலிகமான சுகத்தைத் தரும், திருப்தி தரும் விளக்கவுரைகளை நாம் கண்டு பிடிக்கிறோம். நாம் பின்பற்றும் மதங்கள் அனைத்துமே நம் நம்பிக்கைகளாலும் அச்சங்களாலும் உள்முகப் பாதுகாப்பு மற்றும் உறுதி மொழிபெற விழையும் நம் விருப்பத்தாலும் உண்டாக்கப்பட்டவை. இரட்சகர், குரு அல்லது மதபோதகர் என்பதாக அதிகாரத்தை எந்த உருவத்தில் வணங்கினாலும், அங்கே நிகழ்வது அடி பணிதல், ஏற்றுக்கொள்ளல், போலித்தனம் ஆகியவையே.

எனவே, கடவுளின் பெயரால் சுரண்டப் படுகிறோம்; கட்சிகள் மற்றும் கொள்கைகளின் பெயரால் நாம் சுரண்டப்படுகிறோம் - நாம் தொடர்ந்து துயரப்பட்டுக் கொண்டிருக்கிறோம்.

நம்மை எந்தப் பெயரில் நாம் அழைத்துக் கொண்டாலும், நாமெல்லோரும் மனிதர்களே; துயரம் தான் நம்முடைய விதியாக இருக்கிறது. எல்லோருக்கும் துயரம் பொதுவாக இருக்கிறது. இலட்சியவாதிக்கும் லோகாயதனுக்கும் துயரம் பொதுவானதே. 'உள்ள'திலிருந்து தப்பித்தலே இலட்சியம்; லோகாயதம், நிகழ்காலத்திய அளவிடமுடியாத ஆழங்களை மறுப்பதின் மூலம் 'உள்ளதி'லிருந்து தப்பிக்க முயல்கிறது. இலட்சியவாதி மற்றும் லோகாயதன் ஆகிய இருவருமே துயரம் எனும் மிகச் சிக்கலான பிரச்சினையை தத்தம் வழிகளில் தவிர்க்கிறார்கள். இருவருமே அவர்கள்தம் வரம்பு கடந்த விருப்பங்களாலும், எதிர்பார்ப்புகளாலும், போராட்டங்களாலும் தங்களையே வீணாக்கிக் கொள்கிறார்கள். அவர்களின் வாழ்க்கைமுறை, அமைதி நிலைக்கு உகந்ததாக இல்லை. உலகத்தின் குழப்பத்திற்கும் அவலத்திற்கும் அவர்கள் இருவருமே பொறுப்பாவார்கள்.

போராட்டம், துயரம் நிறைந்த சூழலில் நாம் இருக்கும்போது, புரிந்துகொள்ளும் ஆற்றல் நம்மிடம் இருப்பதில்லை. அந்த நிலையில், நாம் எவ்வளவுதான் தந்திரத்துடனும் கவனமாகவும் சிந்தித்து செயல்பட்டாலும், நம் செயல்பாடு, மேலும் குழப்பத்திற்கும் துயரத்திற்கும் தான் கொண்டு செல்லும். போராட்டத்தைப் புரிந்துகொண்டு அப்புரிதலால்

அதிலிருந்து விடுதலை அடைய வேண்டுமெனில், நம் பிரக்ஞை மற்றும் ஆழ்மனத்தின் செயல்பாட்டு வழி களைப் பற்றிய விழிப்புணர்வு நமக்கு இருந்தேயாக வேண்டும்.

எந்த இலட்சியமும், எந்த ஒரு நெறிமுறையும் அல்லது எடுத்துகாட்டமைப்பும், மனதின் ஆழமான செயல்பாடுகளை நமக்கு வெளிப்படுத்திக் காட்ட உதவுவதில்லை. சூத்திரங்களும் தீர்மானங்களும், அவற்றின் கண்டுபிடிப்பிற்கு இடைஞ்சலாக இருக்கும். 'ஆதல்' (becoming) என்பதற்கான முயற்சி, கொள்கை கள் மற்றும் இலட்சியங்கள்மீது பற்று, இலக்கை நிர்ணயம் செய்தல் போன்றவை, மாயத் தோற்றங்களை யும் பிரமையையும் கொண்டு வரும். நம்மை நாமே அறிந்துகொள்ள வேண்டின், புறத்தூண்டுதல் இல்லா மல் இயல்பாய் வருவதாகவும் உற்றுநோக்குவதற்கான சுதந்திரம் கொண்டதாகவும் 'பார்த்தல்' (perception) இருக்க வேண்டும். மேலோட்டமான இலட்சியவாத விழுமியங்களிலோ அல்லது லோகாயத விழுமியங்களிலோ மனம் மூழ்கிக்கிடக்கும்போது இது சாத்தியப்படாது.

வாழ்க்கை என்பது உறவு; நிறுவப்பட்ட மதத்தைச் சார்ந்து இருப்பினும் அல்லது சாராதிருப் பினும், உலகாயதமாக செயல்பட்டாலும் அல்லது இலட்சியங்களில் மாட்டிக்கொண்டாலும், உறவில் இயங்கும் நம்மைப்பற்றி புரிந்து கொண்டாலொழிய நம் துயரத்தை, நம்மால் தீர்க்கமுடியாது. தன்னைப் பற்றிய அறிவு மட்டுமே மனிதனுக்கு மன அமைதியை யும் மகிழ்ச்சியையும் கொண்டு வரவல்லது. ஏனெனில் தன்னறிவுதான் மெய்யுணர்வு மற்றும் பூரணத்துவத்தின்

ஆரம்பமாகும். மெய்யுணர்வு என்பது வெறும் மேலோட்டமான ஒத்திசைவு அல்ல. இது மனதை பண்படுத்துவதும் அல்ல, அறிவைப் பெறுவதும் அல்ல, மெய்யுணர்வு என்பது வாழ்வின் வழிகளை புரிந்துகொள்ளும் திறமையாகவும் சரியான விழுமியங்களைப் பார்த்தறியும் பாங்காகவும் உள்ளது.

நவீன கல்வியானது, அறிதிறன் வளர்ச்சிக்கு சூத்திரங்களையும் தகவல்களையும் அதிக அளவில் கொடுக்கிறது. ஆனால், மனித வாழ்க்கையின் ஒட்டு மொத்த பரிமாணத்தின் புரிதலை அது நமக்கு அளிப்பதில்லை. நாம் மிகவும் புத்திசாலிகளாக இருக்கிறோம். நாம் கபடமிக்க மனதை வளர்த்திருக்கிறோம்; விளக்கங்களில் சிக்கிக்கொண்டிருக்கிறோம். அறிதிறனானது சூத்திரங்களாலும் விளக்கங்களாலும் திருப்தி அடைந்துவிடுகிறது. ஆனால், அவைகளால் மெய்யுணர்வு திருப்தி அடைவதில்லை. எனவே வாழ்க்கையின் முழு பரிமாணத்தைப் புரிந்துகொள்ள வேண்டுமெனில், மனமும் இதயமும் இணைந்து செயல்பட வேண்டும். மெய்யுணர்வு, அன்பிலிருந்து வேறுபட்டதில்லை.

நம்மில் பெரும்பாலோர்க்கு, இந்த உள்மனப் புரட்சியைச் சாதிப்பது மிகவும் கடினமாக உள்ளது. நமக்கு தியானம் எப்படி செய்வது, எப்படி பியானோ வாசிப்பது, எப்படி எழுதுவது என்பதெல்லாம் தெரியும்; ஆனால், தியானிப்பவனான, பியானோ வாசிப்பவனான, எழுத்தாளனான நம்மைப் பற்றிய அறிவை நாம் கொண்டிருக்கவில்லை. நாம் படைப்பாளிகள் அல்லர்; ஏனெனில், நம் இதயங்களையும் மனங்களையும் அறிவு, தகவல், ஆணவம் ஆகியவற்றால்

நிரப்பியுள்ளோம். நம்மிடம், மற்றவர்கள் என்ன சிந்தித்தார்கள் அல்லது சொன்னார்கள் என்பதற்கான மேற்கோள்கள் ஏராளமாக இருக்கின்றன. ஆனால், முதலில் வருவது அனுபவித்தல் என்பதே, அனுபவிக்கும் வழி அல்ல. அன்பு வெளிப்பாட்டிற்கு முன், மனதில் அன்பு இருக்க வேண்டும்.

அறிதிறனை வெறுமனே வளர்ப்பது - அதாவது ஆற்றலை மற்றும் விஷய அறிவை வளர்ச்சியடையச் செய்வது - மெய்யுணர்வில் முடிவு பெறாது என்பது தெளிவாகத் தெரிகிறது. அறிதிறனுக்கும் மெய்யுணர்வுக்கும் இடையே வேறுபாடு ஒன்று உண்டு. உணர்வுகளோடு சம்பந்தப்படாமல், எண்ணம், சுதந்திரமாய் அறிதிறனில் செயல்படுகிறது. ஆனால், மெய்யுணர்வு என்பது பகுத்தாய்வு செய்வதோடு மட்டுமல்லாமல் உணரவும் கூடிய ஆற்றலைக் கொண்டது. வாழ்க்கையை அறிதிறனை மட்டும் கொண்டோ அல்லது உணர்ச்சியை மட்டும் கொண்டோ அணுகாமல் மெய்யுணர்வுடன் நாம் அணுகினாலொழிய உலகின் எந்த ஒரு அரசியல் முறையோ அல்லது கல்விமுறையோ நம்மைப் பெருங் குழப்பத்திலிருந்தும் அழிவிலிருந்தும் காப்பாற்ற முடியாது.

மெய்யுணர்வுடன் அறிவை ஒப்பிட முடியாது; அறிவு என்பது விவேகம் அல்ல. விவேகம் விற்பனைக் கேற்றதல்ல; கற்பது அல்லது கட்டுப்பாடு என்ற விலை கொடுத்து வாங்கப்படும் பொருள் அல்ல விவேகம். புத்தகங்களில் விவேகத்தைக் கண்டுபிடிக்க முடியாது. அதைச் சேர்த்து வைக்க முடியாது. நினைவில் கொள்ளவோ அல்லது இருப்பாக வைத்துக்

கொள்ளவோ முடியாது. 'தான்' என்பதை துறந்தபோது தான் விவேகம் வருகிறது. திறந்த மனதோடு இருப்பது என்பது கற்றலைவிட முக்கியமானது. தகவலை வித்தியாசம் பார்க்காமல் திணித்து வைத்துக் கொள்வதால் திறந்த மனம் பிறப்பதில்லை. அதற்கு மாறாக நம் சொந்த சிந்தனைகளையும், உணர்வுகளையும் பற்றிய விழிப்புணர்வு பெறும்போதும், நம்மைச் சுற்றியுள்ள உந்துதல்களை கவனத்துடன் கூர்ந்து நோக்கும்போதும், மற்றவர்கள் கூறுவதை உற்றுக் கேட்பதாலும், பணக்காரன், ஏழை, அதிகாரி, சாமானியன் என பலதரப்பட்டவரையும் கவனமாய் பார்ப்பதினாலும் திறந்த மனத்தோடு இருக்க முடியும். அச்சம் மற்றும் அடக்குமுறையால் வருவது அல்ல விவேகம். மனித உறவில் அன்றாட நிகழ்வுகளைக் கூர்ந்து நோக்குவதினாலும், புரிந்து கொள்வதின் மூலமாகவும் விவேகம் தோன்றுகிறது.

தகவல்களையும் செல்வங்களையும் சேகரிக்க நமக்கிருக்கும் பேரார்வத்தின் விளைவாக நாம் அன்பை இழக்கிறோம், அழகுணர்ச்சியை மழுங்கடிக்கிறோம். கொடூரத்தை எதிர்க்காமல் மரத்துப் போயிருக்கிறோம். நாம் மேலும் மேலும் குறிப்பிட்டதொரு துறையில் வல்லுநராகிறோம். ஆனால், வாழ்க்கையின் முழு பரிமாணத்தை உணராமல் முழுமை பெறாதவர்களாக இருக்கிறோம். அறிவு, விவேகத்திற்கு மாற்றாகாது. எவ்வளவுதான் விளக்கங்கள் அளிக்கப்பட்டாலும், எவ்வளவுதான் விஷய ஞானம் இருந்தாலும், அவை மனிதனை துயரத்திலிருந்து விடுவிக்காது. அறிவு தேவைதான், விஞ்ஞானத்திற்கு அதற்குரிய இடம்

அறிதிறன், அதிகாரம் மற்றும் மெய்யுணர்வு 101

உண்டு; ஆனால், மனமும் இதயமும் அறிவினால் நிரப்பப்பட்டிருந்தும், துயரத்திற்கான காரணங்களாக, மேம்போக்கான விளக்கங்கள் தரப்பட்டால், வாழ்க்கை வீணாகவும் அர்த்தமற்றும் போய்விடுகிறது. இப்படித் தான் நம்மில் பெரும்பாலோருக்கும் நடக்கிறதல்லவா? இன்றைய கல்வியானது நம்மை மேலும் மேலும் மேம்போக்கானவர்களாக ஆக்குகிறது; அது, நம் இருப்பின் ஆழமான விஷயங்களை அறிந்திட நமக்கு உதவுவதில்லை; நம் வாழ்க்கை மேலும் மேலும் முரண்பட்டு வெறுமையாகிப் போகிறது.

தகவல் மற்றும் விஷய ஞானம் பெருகிக் கொண்டேயிருந்தாலும், அவற்றின் வளர்ச்சி இயல்பாகவே வரம்புக்கு உட்பட்டது. ஆனால், விவேகம் முடிவில்லாதது. அறிவு மற்றும் செயல்வழி, விவேகத்துள் அடக்கம். ஆனால், நாமோ அறிவு எனும் ஒரு கிளையை மட்டுமே பிடித்துக்கொண்டு, அதுவே மரம் என்று எண்ணிக் கொள்கிறோம். பகுதியைப் பற்றிய அறிவை மட்டும் வைத்துக் கொண்டு, முழுமையின் மகிழ்ச்சியை உணர முடியாது. அதுவே ஒரு பகுதியாகவும் ஒரு பாகமாகவும் இருப்பதால் அறிதிறன் நம்மை முழுமைக்கு கொண்டு செல்லாது.

நாம் உணர்விலிருந்து அறிதிறனை பிரித்து விட்டோம். உணர்வை விலையாகக் கொடுத்து அறிதிறனை வளர்த்துவிட்டோம். ஒரு கால் மட்டும், மற்ற இரண்டையும்விட நீளமாக உள்ள ஒரு முக்காலியைப் போல் நாம் இருக்கிறோம். அதனால் நமக்குச் சீரான சமநிலை இல்லை. நாம் அறிவாளிகளாக இருக்க பயிற்றுவிக்கப்படுகிறோம். நாம் பெறும் கல்வி

அறிதிறனை கூர்மையாக, கபடத்திறமுள்ளதாக, பணம் சம்பாதிப்பதற்கு ஏற்றதாக வளர்த்துவிட்டிருக்கிறது. எனவே, அது நம் வாழ்க்கையில் மிகமிக முக்கியமான பங்கை வகிக்கிறது. மெய்யுணர்வு அறிதிறனைவிட மிக உயர்ந்தது. ஏனென்றால், அது பகுத்தறிவையும் அன்பையும் ஒன்றாக இணைக்கிறது. ஆனால், தன்னைப் பற்றிய அறிவும் தன் வாழ்வின் ஒட்டுமொத்த இயக்கத்தின் வழிமுறையைப் பற்றிய ஆழமான புரிதலும் இருந்தால்தான் மெய்யுணர்வு இருக்கும்.

இளைஞரோ முதியவரோ அனைவரும் முழுமையாக, நிறைவாக வாழ்தல் வேண்டும்; முழுமையைக் கொண்டுவரும் அந்த மெய்யுணர்வை வளர்த்துக் கொள்வது நம்முடைய மிகப்பெரிய பிரச்சினையாக உள்ளது. குறிப்பிட்ட ஒரு பகுதிக்கு தேவைக்கு அதிகமான முக்கியத்துவம் கொடுக்கப்படுவதின் விளைவாக வாழ்க்கையைப் பற்றிய முழுமையற்ற, அரைகுறையான பார்வையை நாம் பெறுகிறோம்; முழுமையற்ற நோக்கால், வாழ்க்கையைப் பற்றிய நம் பார்வை சிதைவுற்று மாறாட்டம் அடைகிறது. முழுமையற்ற நோக்கே நம் இடர்பாடுகள் பலவற்றிற்கும் காரணமாக இருக்கிறது. வாழ்வின் குறிப்பிட்ட ஒரு பாகத்தால் வளர்க்கப்பட்டதாய் நம் மனப்பாங்கு அமையுமேயானால், அது நமக்கும் சமுதாயத்திற்கும் பெரும் ஆபத்தையும் பெரும் கேட்டினையும் கொண்டு வரும். எனவே நம் பிரச்சினைகளை ஒருங்கிணைந்த முழுமையான பார்வையுடன் அணுகவேண்டியது உண்மையிலேயே மிகமிக முக்கியமாகும்.

பூரணத்துவம் பெற்ற (integrated) மனிதனாக இருப்பது என்றால், புதைந்தும் வெளிப்படையாகவும் இருக்கும் பிரக்ஞையின் செயல்பாட்டை முழுவதுமாக புரிந்துகொள்வதாகும். தேவைக்கு அதிகமாக அறிதிறனுக்கு முக்கியத்துவம் கொடுத்தால் பிரக்ஞையின் செயல் முறையைப் புரிந்துகொள்ள இயலாது. நாம் அறிதிறனின் வளர்ச்சிக்கு மிகப்பெரிய முக்கியத்துவம் கொடுக்கிறோம். ஆனால், உள்முகத்தில் நாம் வறியவர்களாக, சிறுமைப் பட்டு குழம்பிப் போயிருக்கிறோம். அறிதிறனில் வாழ்வது என்பது பிரிவினைப்பட்டு போவதற்கான வழியாகும். நம்பிக்கைகள் போன்ற கருத்துகள், மக்களை ஒன்றுசேர்ப்பதில்லை; எதிரெதிரான அணிகளாக அவர்களை அவை பிரிக்கிறது.

நாம் முரண்பாடற்று பூரணத்துவம் பெறுவதற்கு அறிதிறனை சார்ந்திருக்கும்வரை, பிரிவினை இருந்தே தீரும். அறிதிறனின் சிதைக்கும் செயல்பாட்டினை புரிந்துகொள்ள வேண்டுமெனில், 'தான்' செயல்படும் வழிகளையும், தன்னுடைய ஆசைகளின் வழிகளையும் விழிப்புணர்வோடு கவனிக்க வேண்டும். நாம் சம்பிரதாயங்கள் போன்றவற்றில் தளைப்பட்டு, கட்டுண்டு கிடப்பதையும், அந்நிலையிலிருந்து தோன்றும் எதிர்வினைகளையும் விழிப்புணர்வோடு நோக்க வேண்டும். தனிப்பட்ட தளைகளையும் மற்றும் பொதுவான தளைகளையும் விழிப்புணர்வில் கொள்ள வேண்டும். 'தான்' என்பதின் செயல்பாடுகளையும், அதன் முரண்பாடான விருப்பங்களையும் ஈடுபாடுகளையும், நம்பிக்கைகளையும் அச்சங்களையும் பற்றிய

முழுமையான விழிப்புணர்வைப் பெற்றால்தான், 'தான்' என்பதைக் கடந்து மேலே செல்ல சாத்தியப்படும்.

அன்பும் செவ்விய சிந்தனையும் மட்டுமே உண்மையான புரட்சியை நம்முள் கொண்டு வரும். நாம் அன்போடிருப்பது எப்படி? அன்பை இலட்சியமாகக் கொண்டு, அதை அடைய நாம் எடுக்கும் முயற்சியால், அன்பை அடைய முடியாது. வெறுப்பு இல்லாதபோது, பேராசை இல்லாதபோது, பகைமைக்குக் காரணமாக இருக்கும் 'தான்' என்ற உணர்வு இல்லாதபோது மட்டுமே அன்பு மலரும். சுரண்டல், பேராசை, பொறாமை ஆகியவற்றில் சிக்கியுள்ள ஒருவனால் அன்பு செலுத்தவே முடியாது.

அன்பும் செவ்விய சிந்தனையும் இல்லாதபோது சமுதாயத்தில் அடக்குமுறையும் கொடூரமும் அதிகரித்துக்கொண்டேதான் போகும். மனிதரிடையே உள்ள பகைமை எனும் பிரச்சினையை அமைதி என்ற இலட்சியத்தை கடைப்பிடிப்பதின் மூலம் தீர்க்க முடியாது. வாழ்க்கையைப் பற்றிய நம் மனோபாவமும், சகமனிதர்களை அணுகும் முறையுமே அடிப்படையில் போருக்கான காரணங்களாக அமைவதை நாம் புரிந்துகொண்டால் பகைமையை தீர்க்க முடியும். இந்தப் புரிதல் சரியான கல்வியின் மூலமாகத்தான் வரமுடியும். மனப்பாங்கில் மாற்றமில்லாமல், நல்லெண்ணம் இல்லாமல், விழிப்புணர்வினால் பிறந்த உள்மன மாற்றமில்லாமல், அமைதி கிட்டாது, இன்பம் கிடைக்காது.

4

கல்வியும், உலக அமைதியும்

இன்றைய உலக நெருக்கடியில், கல்வி எப்படி பங்காற்றமுடியும் என்பதைக் கண்டுபிடிக்க, நாம் இந்த நெருக்கடி எப்படி வந்தது என்பதை முதலில் புரிந்து கொள்ள வேண்டும். பிறருடன் நாம் கொண்டிருக்கும் உறவிற்கு நாம் அளிக்கும் தவறான மதிப்பீடுகள், உடைமை, கருத்துக்கள் ஆகியவற்றிற்கு நாம் அளிக்கும் பொருத்தமற்ற மரியாதை போன்றவற்றின் நேரடி விளைவுதான் இந்த நெருக்கடி என்பது தெளிவாகத் தெரிகிறது. நாம் மற்றவர்களுடன் கொண்ட உறவு தன்முனைப்பின் அடிப்படையில் அமைந்திருந்தால், மேலும் மேலும் செல்வத்தைச் சேகரிப்பதே நம் கொள்கை என்றால், நாம் உருவாக்கும் சமுதாயம் போட்டி நிறைந்ததாயும், தீவுகளாய் பிரிந்து ஒதுங்கியிருப்பதாகவும் இருக்கும். கருத்துகளுடனான நம் உறவில், நாம் ஓர் சித்தாந்தத்தை மற்றொன்றிற்கு

எதிராக நியாயப்படுத்தினால், சமுதாயத்தில் பரஸ்பர நம்பிக்கையின்மையும் பகைமையும் தவிர்க்கமுடியாத விளைவுகளாக இருக்கும்.

இன்றைய குழப்பத்திற்கு இன்னொரு காரணம், அன்றாட வாழ்க்கையிலாகட்டும், சிறிய பள்ளி அல்லது பெரிய பல்கலைக்கழகத்திலாகட்டும், அதிகாரத்தையும் தலைவர்களையும் சார்ந்து நாம் இருப்பது குழப்பத்தைக் கொண்டு வருகிறது. எந்தக் கலாச்சாரத்திலும், தலைவர்களும் அவர்களின் அதிகாரமும் தான் சீரழிவிற்குக் காரணமாக இருக்கின்றன. ஒரு தலைவரை பின்பற்றிச் செல்லும்போது அவரைப் பற்றியோ, அவர் கொள்கையைப் பற்றியோ நாம் புரிந்து கொள்வதில்லை. மாறாக, நம்மிடம் அச்சமும் இணங்கிப் போதல் மட்டுமே இருக்கும். இவ்வாறு செயல்படுவதின் விளைவாக, சர்வாதிகாரம் கொண்ட அரசின் கொடூரச் செயல்களும், நிறுவனமாக இயங்கும் மதத்தின் சமயக் கொள்கைகளும் தோன்றுகின்றன.

நம்மைப் புரிந்துகொள்வதால் பெற வேண்டிய அமைதியை, அரசாங்கங்கள், அமைப்புகள் மற்றும் அதிகாரங்களைச் சார்ந்திருப்பதால் பெற எண்ணுவது மேலும் கூடுதலான போராட்டத்தை உண்டாக்கும். முடிவுறாத சச்சரவுகளையும் சமூகத்தினரிடையே பகைமையையும் கொண்டிருக்கும் ஓர் சமுதாய அமைப்பை நாம் ஏற்றுக்கொண்டிருக்கும் வரை உலகில் நீடித்த மகிழ்ச்சி இருக்காது; நாம் இப்போதுள்ள நிலைமையை மாற்றவேண்டுமெனில், முதலில் நம்மை நாம் மாற்றிக் கொள்ள வேண்டும். அதாவது அன்றாட

கல்வியும், உலக அமைதியும்

வாழ்க்கையில் நம்முடைய செய்கைகளையும், சிந்தனைகளையும் உணர்ச்சிகளையும் விழிப்புணர்வுடன் கவனித்து புரிந்துகொள்ள வேண்டும்.

உண்மையில் நாம் அமைதியை வேண்டுவதில்லை, சுரண்டலுக்கு முடிவுகட்ட நாம் விரும்புவதில்லை. நாம் நம் பேராசைக்கு குறுக்கே வர எதையும் அனுமதிப்பதில்லை. சமுதாய அமைப்பின் அஸ்திவாரத்தை திருத்தியமைக்க நாம் விரும்பவில்லை. இருப்பவைகளை மேலோட்டமான திருத்தங்களுடன் தொடர்ந்து அப்படியே நீட்டித்துவிடவே விரும்புகிறோம். இத்தகைய நம் மனோபாவத்தால் அதிகார ஆணவமும் கபட சிந்தனையும் கொண்டவர்கள் நம்மை ஆள்வது தவிர்க்க முடியாததாகிறது.

எந்த சித்தாந்தத்தின் மூலமாகவும் அமைதியை அடைந்துவிட முடியாது. அமைதி, சட்டத்தையும் சார்ந்திருக்கவில்லை. நம் மனோரீதியான செயற்பாங்கினைப் புரிந்துகொள்வதால் மட்டுமே அமைதி வரும். நாம் தனிமனிதர்களாக அமைதியைக் கொண்டு வருவதற்கான பொறுப்பை ஏற்றுக்கொள்வதைத் தவிர்த்து, ஏதாவது ஒரு புதிய அமைப்பு அமைதியைக் கொண்டு வருமென காத்திருந்தால், நாம் அந்த அமைப்பிற்கு அடிமைகளாகி விடுவோம்.

அரசாங்கங்கள், சர்வாதிகாரிகள், மாபெரும் வணிகநிறுவனங்கள், சமயத் தலைவர்கள் ஆகியோர், மனிதர்களிடையே பெருகிக் கொண்டே போகும் பகைமை, கண்மூடித்தனமான அழிவிற்கு இட்டுச்

செல்வதையும் அதனால் அவர்களுக்கு இலாபம் இல்லை என்பதையும் காணும்போது அவர்கள் நம்மை சட்டம் மற்றும் வேறுவழிகளில், நம் சொந்த விழைவுகளையும் பேராவல்களையும் மனிதகுலத்தின் நன்மைக்காக அடக்கிக்கொள்ள வேண்டும் என்று கட்டாயப்படுத்துவார்கள். இப்போது எப்படி கல்வி மூலம் போட்டி போடவும் ஈவு இரக்கமின்றி இருக்கவும் ஊக்குவிக்கப்படுகிறோமோ, அதேபோல் அந்தக் கட்டத்தில் நாம் ஒருவரையொருவர் மதிக்கவும் ஒட்டுமொத்த உலகிற்காக உழைக்கவும் கட்டாயப்படுத்தப்படுவோம்.

நமக்கு உணவு, உடை, உறையுள் நன்றாகவே கொடுக்கப்பட்டாலும், நாம் நம் போராட்டங்களிலிருந்தும் பகைமையிலிருந்தும் விடுபடாதவர்களாகவே இருப்போம். போராட்டங்கள் இன்னொரு தளத்திற்கு மாற்றப்பட்டிருக்கும், அவ்வளவே. அங்கே முன்பு இருந்ததைவிட மோசமான கொடூரமும் அழிவும் இருக்கும். அறச்செயல் அல்லது நேர்மையான நடத்தை, தன்னார்வத்தால் வருவது. தன்னைப் புரிந்துகொள்வதால் மட்டுமே மனிதனுக்கு அமைதியும் மகிழ்ச்சியும் கிடைக்கும்.

நம்பிக்கைகள், சித்தாந்தங்கள், நிறுவனமாக இயங்கும் மதங்கள் எல்லாமே அண்டை வீட்டார்களிடையே பகைமையை ஏற்படுத்துகின்றன. பல்வேறு சமூகங்களுக்கிடையே சச்சரவு இருக்கிறது. அதுமட்டுமல்லாமல் ஒரே சமுதாயத்திலிருக்கும் குழுக்களிடையேயும் சச்சரவு இருக்கிறது. நாம் நம்மை ஒரு நாட்டுடன் அடையாளப்படுத்திக் கொள்ளும்வரை,

சுயபாதுகாப்பை கெட்டியாகப் பிடித்துக் கொண்டிருக்கும் வரை, சமயக் கொள்கையால் தளைபடுத்தப் பட்டிருக்கும் வரை, நம்முள்ளும் இந்த உலகத்திலும் போராட்டங்களும் பெருந்துயரங்களும் இருக்கும்.

அடுத்ததாக, தேசபக்தி என்ற கேள்வி எழுகிறது. நாம் எப்போது தேசபக்தி உணர்வு கொள்கிறோம்? இது அன்றாடம் எழும் உணர்வு இல்லை என்பது மிகத் தெளிவாகவே இருக்கிறது. ஆனால், பள்ளி பாடப் புத்தகங்கள், பத்திரிகைகள் மற்றும் பல்வேறு பிரச்சார வழிகள் மூலமாக நாம் தேசபக்தியோடு இருக்க தொடர்ந்து ஊக்குவிக்கப்படுகிறோம். அவை, தேசிய வீரர்களை புகழ்வது, இனஉணர்ச்சியை தூண்டுவது, நம் நாடும் கலாச்சாரமும் மற்றவர்களுடையதைவிட உயர்ந்தது என்று புகழ்பாடுவது போன்ற உணர்வுகளை ஓயாமல் தூண்டிவிடுகின்றன. குழந்தைப் பருவத் திலிருந்து முதுமை வரை நம் தற்பெருமையை வளர்ப்பதாக தேசபக்தி அமைகிறது.

நாம் ஒரு குறிப்பிட்ட அரசியல் அல்லது மதத்தைச் சார்ந்தவர்கள் என்றும், நாம் இந்த நாட்டுக்காரர்கள் அல்லது அந்த நாட்டுக்காரர்கள் என்றும் திரும்பத் திரும்ப வலியுறுத்திச் சொல்லப்படுவதால் நம்முடைய 'நான்' என்ற அகந்தை, வறட்டு ஜம்பம் கொள்கிறது, கொடிகட்டிப் பறக்கிறது. நாடு, இனம் அல்லது சித்தாந்தத்திற்காக நாம் கொல்லவும் அல்லது கொல்லப் படவும் தயாராக இருக்கிறோம். இவை அனைத்துமே முட்டாள்தனமான, செயற்கையான உணர்வாக வுள்ளது. நிச்சயமாக, நாடு மற்றும் சித்தாந்த எல்லைகளைவிட, மனிதர்கள் மிக முக்கியமானவர்கள்.

உலகம் முழுவதும், பிரிவினை மனோபாவத்தைக் கொண்ட தேசியவாதம் தீப்போல் பரவி வருகிறது. தேசபக்தி திட்டமிட்டே வளர்க்கப்படுகிறது. சுய முன்னேற்றத்தை விரிவுபடுத்திக் கொண்டு, பரவலான அதிகாரம், பணம், பதவியைப் பெற விரும்பும் கூட்டம், தேசபக்தியை மக்களிடையே வளர்த்து, அதன் மூலம் சுயலாபம் பெற உழைக்கிறார்கள். இத்தகைய செயல்பாட்டில் நாம் ஒவ்வொருவரும் பங்கெடுத்துக் கொள்கிறோம். மற்ற நாடுகளையும் மக்களையும் வெற்றிகொள்வதால் வியாபாரம் பெருகுவதோடு, அரசியல் மற்றும் சமய சித்தாந்தங்களைப் பரப்ப புதிய சந்தைகளும் கிடைக்கின்றன என்பதால் நாம் இவற்றை விரும்புகிறோம்.

வன்முறை மற்றும் பகைமையின் வெளிப்பாடுகள் அனைத்தையும் நடுநிலைமைக் கொண்ட திறந்த மனத்துடன் பார்க்க வேண்டும். அதாவது எந்த ஒரு நாட்டுடனும் இனத்துடனும் அல்லது சித்தாந்தத் துடனும் தன்னை அடையாளப்படுத்திக் கொள்ளாமல், உண்மை என்ன என்பதைக் கண்டறிய வேண்டும். அரசிடமிருந்தோ, துறைவல்லுநர்களிடமிருந்தோ அல்லது மிகப்பெரிய படிப்பாளிகளிடமிருந்தோ பெற்ற கருத்துக்கள் மற்றும் அறிவுறுத்தல்களின் தாக்கம் இன்றி ஒன்றை நாம் தெளிவாய்ப் பார்ப்பதில் மிகப்பெரிய மகிழ்ச்சி இருக்கிறது. மனித இனத்திற்கு தேசியவாதம் ஒரு இடையூறாக இருக்கிறது என்பதை நாம் உண்மையில் பார்த்து விட்டோமெனில், நம்மிடம் இருக்கும் இந்தப் பொய்யான உணர்வுக்கு எதிராகப் போராட வேண்டியதில்லை; அது ஒரேயடியாக நம்மிடமிருந்து போய்விடும்.

தேசியம், நாட்டுப்பற்று, வர்க்கம் மற்றும் இன பிரக்ஞைகள் அனைத்துமே 'தான்' என்பதின் வழிகளாக இருப்பதால் பிரிவினையை உண்டாக்கும். சொல்லப் போனால், ஒரு தேசம் என்றால் என்ன? பொருளாதார மற்றும் தற்காப்பு காரணங்களுக்காக மனிதர்கள் ஒரு கூட்டமாய் வசிப்பதுதானே தவிர, வேறென்ன? அச்சத்தினாலும், தற்காப்பு உணர்வு மிகுதியாலும் எல்லைகளையும் வரிச்சுவர்களையும் கொண்ட 'என் நாடு' என்ற எண்ணம் வருகிறது. இவ்வெண்ணம் சகோதரத்துவத்தையும் மனிதஇன ஒற்றுமையையும் சாத்தியமில்லாமல் செய்துவிடுகிறது.

ஆதாயம் ஈட்டுவதற்கும் அதை தக்கவைத்துக் கொள்வதற்குமான ஆசை, நம்மைவிட உயர்ந்த தொன்றுடன் இணைந்து கொள்வதற்கான ஏக்கம் ஆகியவைதான் தேசிய உணர்வை உண்டாக்குகின்றன. தேசியம், போரை உருவாக்குகிறது. ஒவ்வொரு நாட்டிலும் அரசாங்கம், நிறுவனமாக்கப்பட்ட மதத்தினால் ஊக்குவிக்கப்பட்டு, தேசியத்தையும் பிரிவினை மனப் பாங்கையும் நிலைநிறுத்துகிறது. தேசியம் என்பது ஒரு நோய். அது உலக ஒற்றுமையை ஒரு நாளும் கொண்டு வராது. நோயினால் உடல் நலத்தைப் பெறமுடியாது. நாம் முதலில் நோயிலிருந்து விடுபட வேண்டும்.

நாம் தேசியவாதிகளாக இருக்கின்ற காரணத் தினால் நாட்டின் இறையாண்மையைக் காக்கவும், நம்பிக்கைகளையும் நம் உடைமைகளையும் பாதுகாக்க வும், எப்பொழுதும் ஆயுதப் படையை தயார் நிலையில்

வைத்திருக்க வேண்டியுள்ளது. மனித வாழ்க்கையை விட சொத்துக்களும் கருத்துக்களும் மிக முக்கியமாகிவிட்டன. எனவே எப்போதும் பகைமையும், வன்முறையும் நம்மிடையேயும் மற்றும் பிறரிடமும் உள்ளது. நம் நாட்டின் இறையாண்மையை நிலை நிறுத்தி வைத்துக் கொள்வதற்காக, நம் பிள்ளைகளைப் போருக்கு அனுப்பி கொல்கிறோம்; நம்முடைய சுயவெளிப்பாடாக இருக்கும் அரசை வழிபட்டு, நம் சொந்த திருப்திக்காக, நம் குழந்தைகளைப் போரில் பலி கொடுக்கிறோம். தேசியமும் இறையாண்மை கொண்ட அரசாங்கங்களும்தான் போரின் காரணங்களும் கருவிகளுமாகும்.

இன்றைய சமூக நிறுவனங்கள், ஓர் உலக கூட்டமைப்பாக பரிணாமமாகாது. ஏனெனில், அவற்றின் அஸ்திவாரங்கள் வலிமையற்றவை. நாடாளுமன்றங்களும் கல்விமுறைமைகளும் நாட்டின் இறையாண்மையையும் குழுவின் முக்கியத்துவத்தையும் வற்புறுத்துவதால் அவற்றினால் போரை ஒரு முடிவுக்குக் கொண்டுவர ஒருபோதும் முடியாது. தனித்தனியான ஒவ்வொரு குழுவும் - அதன் ஆட்சியாளர்களும் மற்றும் ஆட்சிக்கு உட்பட்டவர்களும்தான் போர் வருவதற்கான மூலகாரணமாகும். மனிதர்களுக்கிடையே தற்சமயம் உள்ள உறவை அடிப்படையிலேயே திருத்தி அமைக்காவிட்டால், தொழில் அமைப்புகளில் வெடிக்கும் குழப்பத்தை தவிர்க்க முடியாது. அவை அழிவிற்கும் பெருந்துயரத்திற்குமான ஒரு கருவியாக ஆகிவிடும். வன்முறை, சர்வாதிகாரம், ஏமாற்றுவேலை மற்றும் போலிப்

பிரச்சாரம் இருக்கும்வரை சகோதரத்துவத்தை மக்களிடையே கொண்டு வரமுடியாது.

வியத்தகு பொறியாளர்களாக, திறமைமிக்க விஞ்ஞானிகளாக, வல்லமை பெற்ற நிர்வாகிகளாக, ஆற்றல்மிக்க தொழிலாளர்களாக, கல்வி, மக்களை மேன்மையுறச் செய்தாலும் ஆண்டானையும் அடிமை யையும் ஒருங்கிணைத்துக் கொண்டுவர அதனால் முடியாது. மனிதர்களிடையே பகைமையும் வெறுப்பையும் உண்டாக்கும் அநேக காரணங்களை நிலைநிறுத்திக் கொண்டிருக்கும் இன்றைய கல்வி, நாட்டின் பெயராலும், கடவுளின் பெயராலும் பெருமளவில் மக்கள் படுகொலை செய்யப்படுவதைத் தடுக்கவில்லை என்பதை நாம் காண்கிறோம்.

நம் லௌகீக வாழ்க்கை மற்றும் ஆன்மீக விவகாரங் களின் மேல் அதிகாரம் செலுத்தும், நிறுவனங்களாக இயங்கும் மதங்கள்கூட, மனிதனுக்கு அமைதியைக் கொண்டு வரவில்லை. நம் அறியாமை, அகங்காரம், கற்பனை, நம்பிக்கை ஆகியவற்றின் விளைவாக இருக்கும் மதங்களும் கல்வியைப் போலவே திறனற்றவையாய் இருக்கின்றன.

இம்மையிலும் மறுமையிலும் பாதுகாப்பிற்காக ஏங்கும் நாம், அத்தகைய பாதுகாப்பிற்கு உத்தரவாதம் அளிக்கும் நிறுவனங்களையும் சித்தாந்தங்களையும் உருவாக்குகிறோம். எவ்வளவுக்கெவ்வளவு நாம் பாதுகாப்பிற்காக போராடுகிறோமோ, அவ்வளவுக் கவ்வளவு அது நமக்குக் குறைவாகவே கிடைக்கிறது. பாதுகாப்பிற்கான அந்த விழைவு, பிரிவினையையும்

பகைமையையும்தான் வளர்க்கின்றது. இந்த உண்மையை சொல்லளவிலும் அறிவுபூர்வமாகவும் மட்டுமன்றி, நாம் ஆழமாக உணர்ந்தும் புரிந்தும் கொண்டால் சகமனிதர்களுடனான நம் உறவில் அடிப்படை மாற்றத்தைக் கொண்டு வரத் தொடங்கு வோம். அந்நிலையை அடைந்தால் மட்டுமே, ஒற்றுமையையும் சகோதரத்துவத்தையும் அடைவதற் கான வாய்ப்பு உள்ளது.

நம்மில் பெரும்பாலானோர் பல்வேறு அச்சங் களினால் மூழ்கடிக்கப்பட்டுள்ளோம். நம் சொந்தப் பாதுகாப்பிற்காக மிகவும் கவலைப்படுகிறோம். ஏதோ ஒரு அற்புதம் நிகழ்ந்து, போர்கள் முடிந்துவிடும் என்று நம்பிக்கொண்டே, போர்களைத் தூண்டி விடுபவர்கள் என்று பிற நாடுகளை குற்றம்சாட்டுகிறோம். அவர்களும் பதிலுக்கு நாம்தான் பேரழிவிற்கு காரணம் என்று தூற்றுகிறார்கள். போரானது சமூகத்திற்கு பெரும்கேடு விளைவிப்பது என்பது தெளிவாகத் தெரிந்திருந்த போதிலும், நாம் போருக்கான தயார் நிலையில் இருப்பதோடு இளைஞர்களின் உள்ளத்தில் இராணுவ உணர்வை வளர்த்துவிடுகிறோம்.

ஆனால், கல்விமுறையில் படைப்பயிற்சிக்கான இடம் இருக்கிறதா என்ன? நம் குழந்தைகள் எப்படிப்பட்ட மனிதர்களாக உருவாக வேண்டும் என்று நாம் விரும்புகிறோம் என்பதைப் பொறுத் திருக்கிறது கல்விமுறை. நாம் அவர்கள் திறமைமிக்க கொலையாளிகளாக இருக்க வேண்டுமென்று விரும்பினால், படைப்பயிற்சி தேவைதான். இளைஞர்

கல்வியும், உலக அமைதியும்

களை ஒழுங்குமுறைக்குட்படுத்தி கட்டுப்பாட்டுக்குள் கொண்டு வந்து அவர்களை தாய்நாட்டுப் பற்றுள்ளவர்களாக்குவதுதான் நம்முடைய குறிக்கோள் என்றால், அதற்கான மிக நல்லவழி இராணுவப் பயிற்சிதான். தாய்நாட்டின்மீது பற்று என்ற குறுகிய பார்வையால், உலகப் பார்வையற்று, பிறநாட்டுடன் மோதல் போக்கைக் கொள்வதால் அவர்கள் உலக சமுதாயத்திற்கு பொறுப்பற்றவர்களாகிறார்கள். நாம் மரணத்தையும் அழிவையும் விரும்பினால், இராணுவப் பயிற்சி முக்கியம் என்பது தெளிவாகவே இருக்கிறது. படைத்தளபதிகளின் பணியே போரை திட்டமிட்டு நடைமுறைப்படுத்துவதுதான். நம்முடைய விருப்பம் நமக்குள்ளும் அண்டை நாட்டார்களுடனும் எப்போதும் சண்டை நடக்க வேண்டுமெனில், மேலும் அதிக எண்ணிக்கையில் படைத்தளபதிகளை அமர்த்திக் கொள்வோமாக!

நாம் வாழ்வதே நமக்குள்ளேயும் மற்றவர்களுடனும் முடிவிலா சண்டை சச்சரவுக்குத்தான் என்று எண்ணினால், குருதிச் சிந்துதலையும் பெரும் துயரையும் நீட்டிப்பதுதான் நம் விருப்பம் என்றால், நமக்கு இன்னும் அதிகமான படை வீரர்களும், அரசியல்வாதிகளும், இன்னும் அதிக பகைமையும் இருக்க வேண்டும் - உண்மையில் இதுதான் இப்பொழுது நடைபெற்றுக் கொண்டிருக்கிறது. நவீன நாகரீகம் வன்முறையின் அடிப்படையில் எழுப்பப்பட்டது. எனவேதான் அது மரணத்தைத் தேடிச் செல்கிறது. நாம் வலிமையை வழிபட்டுக் கொண்டிருக்கும் வரையில், வன்முறைதான் நம் வாழ்க்கைமுறை

யாக இருக்கும். ஆனால், நமக்கு அமைதி வேண்டுமெனில், கிறித்துவர், இந்து, இரஷ்யர் அமெரிக்கர் என எவராக இருந்தாலும், அனைவருடனும் நல்ல உறவு கொண்டிருக்க வேண்டுமெனில், நம் குழந்தைகள் நிறைமனிதர்களாக உருவாக வேண்டுமெனில், அவ்விருப்பங்களுக்கு போர்ப்பயிற்சி பெறுவது பெரும் இடையூறாக இருக்கும். எனவே அமைதியை அடைய, போர்ப்பயிற்சி தவறானப் பாதையாகும்.

வெறுப்புகளும் சச்சரவுகளும் தோன்ற காரணமாய் இருப்பவைகளில் முக்கியமானது எதுவென்றால் ஒரு குறிப்பிட்ட வகுப்பினர் அல்லது குறிப்பிட்ட இனம் இன்னொன்றைவிட உயர்ந்தது என்ற நம்பிக்கை. குழந்தைக்கு இன உணர்வோ அல்லது வர்க்க உணர்வோ இல்லை; வீட்டுச்சூழலோ அல்லது பள்ளிச் சூழலோ அல்லது அவை இரண்டும் இணைந்தோ குழந்தையிடம் இனப் பிரிவு உணர்வை ஏற்படுத்துகிறது. தன்னுடன் விளையாடுபவன் கறுப்பரா அல்லது யூதரா, பிராமணரா அல்லது பிராமணன் அல்லாதவரா என்பது பற்றி குழந்தை கொஞ்சமும் அக்கறை கொள்வதில்லை. ஆனால் சமுதாய அமைப்பின் உந்துதல்கள் குழந்தையின் உள்ளத்தைத் தொடர்ந்து தாக்கி, பாதிப்பை ஏற்படுத்தி இனவுணர்வை உருவாக்கிக் கொண்டிருக்கிறது.

இங்கேயும் பிரச்சினைக்குக் காரணம் குழந்தைகள் அல்ல, பெரியவர்கள்தான் காரணம்; பிரிவினை வாதம் மற்றும் பொய்யான விழுமியங்கள் கொண்ட

அறிவில்லாத ஒரு சூழலை உண்டாக்கியவர்கள் அவர்கள்தாம்.

மனிதர்களுக்குள் வேறுபாடு காண்பதற்கு அடிப்படையாக ஏதாவது காரணம் இருக்கிறதா என்ன? நாம் உடலமைப்பிலும் நிறத்திலும் வேறுபட்டு இருக்கலாம், நம் முகலட்சணம் வித்தியாசப்படலாம். ஆனால், தோலுக்கு அடியில் நாம் ஒன்றுபோலானவர்கள், வித்தியாசம் இல்லை; தற்பெருமை, ஆசை, பொறாமை, வன்மம், காமம், அதிகார ஆசை இன்னபிறவும் கொண்டு நாமனைவரும் வேறுபாடற்று ஒன்றாகவே இருக்கிறோம். நாம் பூசிக்கொண்டிருக்கும் இனம், மதம் போன்ற அடையாளப்பூச்சை நீக்கிவிட்டால் நாம் எல்லோரும் அதிர்ச்சியூட்டும் நிர்வாணம்தான். ஆனால் நாம் நம் நிர்வாணத்தை நேருக்கு நேராகப் பார்க்க விரும்பவில்லை; எனவே நமக்கு அடையாளப்பூச்சு வேண்டும் என வற்புறுத்துகிறோம். இது நாம் எந்த அளவிற்கு முதிர்ச்சி இல்லாமல், எவ்வளவு சிறுபிள்ளைத்தனமாக இருக்கிறோம் என்பதைச் சுட்டிக்காட்டுகிறது.

குழந்தை பாரபட்சமற்ற மனோபாவத்துடன் வளர்வதற்கு, பெற்றோர் தங்களிடத்திலுள்ள அனைத்து பாரபட்சமான எண்ணங்களை முதலில் உடைத்தெறிய வேண்டும். பின்பு, சூழலில் உள்ள ஒருதலைப்பட்சமான விஷயங்களை விலக்கவேண்டும். இதன் பொருள் என்னவெனில் நாம் உண்டாக்கியிருக்கும் பொறுப்பற்ற இந்தச் சமுதாயத்தின் அமைப்பை உடைத்தெறிவதாகும். வர்க்கம் அல்லது இனம் பற்றிய

உணர்வுகளைக் கொண்டிருப்பது எவ்வளவு அபத்தமானது என்று வீட்டில் நாம் சொல்வதை குழந்தை ஒப்புக்கொள்ளலாம். ஆனால் அவன் பள்ளிக்குச் சென்று மற்ற குழந்தைகளுடன் விளையாடும்போது, அங்கு நிலவும் பிரிவினை மனோபாவம் எனும் வியாதி, அவன் மனதையும் தொற்றிக் கொள்கிறது, அல்லது, நிலைமை வேறு விதமாகவும் இருக்கலாம். வீட்டுச் சூழல் சம்பிரதாயங்களைப் பின்பற்றுவதாகவும் குறுகிய நோக்கு கொண்டதாகவும் அமைந்திருக்க, பள்ளிச்சூழல் பரந்தநோக்குக் கொண்டதாக இருந்து, அதன் பாதிப்பு குழந்தையிடம் தோன்றலாம். நிலைமை எதுவாக இருப்பினும், வீட்டுச் சூழலுக்கும் பள்ளிச் சூழலுக்கும் இடையே தொடர் போராட்டம் நடக்கிறது. இப்போராட்டத்தில் குழந்தை சிக்கிக் கொள்கிறது.

ஒரு குழந்தையை புத்திசாலித்தனமாக வளர்க்கவும் நுண்ணிய நோக்குடன் அவன் பார்த்தறிவதற்கு, நாம் உதவ வேண்டுமானால், நாம் அவனுடன் நெருங்கிய உறவு வைத்திருக்க வேண்டும். பாரபட்ச சிந்தனையின் அவலத்தை அவனே நுண்ணிய நோக்கினால் பார்த்தறிவான். அறிவார்ந்த உரையாடலைக் கேட்கும்படி அனுமதித்து அவனுடன் கலந்துரையாட வேண்டும். அவனுள் ஏற்கெனவே இருக்கும் விசாரணை மற்றும் அதிருப்தி உணர்வை ஊக்குவிக்க வேண்டும். இதனால் எது உண்மை மற்றும் எது பொய் என்பதை அவன் கண்டறிய நாம் உதவியவர்களாவோம்.

தொடர்ந்த உறுதியான விசாரணை, மெய்யான திருப்தியின்மை - இவையிரண்டும் ஆக்கப்பூர்வமான மெய்யுணர்வை கொண்டு வருவன. ஆனால் விசாரணையையும், அதிருப்தியையும், எப்போதும் விழிப்புடன் வைத்திருப்பது மிகமிகக் கடினமாகும். பெரும்பாலானவர்கள் தம் குழந்தைகளுக்கு இப்படிப் பட்ட மெய்யுணர்வு வேண்டியதில்லை என்றே விரும்புகிறார்கள். சமூகத்தால் ஏற்றுக் கொள்ளப்பட்ட விழுமியங்களை சதா விசாரணைக்குள்ளாக்கும் ஒருவருடன் வாழ்வது கடினமாகும் என்ற அவர்கள் எண்ணத்தினால், பெற்றோர்கள் தங்கள் குழந்தை களிடம், விசாரணை மற்றும் திருப்தியின்மையை ஊக்குவிப்பதில்லை.

துரதிருஷ்டவசமாக இளமையில் நமக்கிருக்கும் அதிருப்தி சீக்கிரமாகவே மங்கி மறைந்து போய் விடுகிறது. பிறரைப் போல் நடிக்கும் போலித்தனமும் அதிகாரத்தை வணங்கி வழிபடும் நம் மனப்பாங்கும் அதிருப்தியை அணைத்துவிட்டன. வயது ஏறஏற ஒரு காலகட்டத்தில் நம் வாழ்க்கையை ஒழுங்கமைத்து நிலைபடுத்தத் தொடங்குகிறோம். அதில் திருப்தியும் அடைந்து விடுகிறோம்; கூடவே அச்சமும் தோன்று கிறது. நாம் அதிகாரிகளாக, போதகர்களாக, வங்கி ஊழியர்களாக, தொழிற்சாலை மேலாளர்களாக, தொழில்நுட்ப வல்லுநர்களாக வாழ்க்கையில் இடம் பிடித்து விடுகிறோம். ஆனால், அதன்பின் வீழ்ச்சி மெதுமெதுவாய் வந்தடைகிறது. பிடித்திருக்கும் இடங்களைத் தக்க வைத்துக் கொள்ள வேண்டும் என்ற நம் விருப்பத்தால், அந்த இடத்தையும் சிறிதளவு

பாதுகாப்பையும் நமக்குத் தந்துள்ள இந்த நாசகார சமுதாயத்திற்கு, பக்கபலமாய் இருந்து நாம் ஆதரவு தருகிறோம்.

கல்வியின்மேல் அரசின் கட்டுப்பாடு என்பது பெரும் தீங்கு விளைவிக்கக் கூடியது. கல்வியானது அரசாங்கத்தின் அல்லது நிறுவனமாக இயங்கும் மதத்தின் கைப்பாவையாக இருக்கும் வரையில் உலகில் அமைதிக்கும் ஒழுங்கிற்கும் நம்பிக்கையே இல்லை. ஆனாலும் அதிகப்படியான அரசாங்கங்கள், மாணவர் களையும் அவர்களின் எதிர்காலத்தையும் தம் கட்டுப் பாட்டுக்குள் கொண்டு வருகின்றன. குறிப்பிட்ட அரசாங்கம் கல்வியைக் கட்டுப்படுத்தவில்லை யென்றால், அங்கிருக்கும் சமய நிறுவனங்கள், கல்வியை தம் கட்டுப்பாட்டுக்குள் கொண்டு வர விழைகின்றன.

குறிப்பிட்ட அரசியல் அல்லது சமயச் சிந்தனைக் குள் குழந்தைகளின் மனதை தளைப்படுத்துவதால் சமுதாயத்தில் பகைமை வளர்கிறது. போட்டி மனப்பான்மை கொண்டிருக்கும் சமுதாயத்தில் சகோதரத்துவம் இருக்க முடியாது; சீர்திருத்தம், சர்வாதிகாரம், கல்விமுறை எதுவுமே சகோதரத் துவத்தைக் கொண்டுவர முடியாது.

நீங்கள் நீயூசிலாந்துகாரராகவும், நான் இந்து வாகவும், பிரிந்திருக்கும் வரையில் மானுட ஒருமைப் பாட்டைப் பற்றி பேசுவது அபத்தமாகும். நீங்கள் உங்கள் நாட்டிலும், நான் என் நாட்டிலும் இருந்து கொண்டு அவரவர் மதங்களைச் சார்ந்த எண்ணங் களையும் பொருளாதார வழிகளையும் தக்கவைத்துக்

கல்வியும், உலக அமைதியும்

கொண்டிருக்கும்போது எப்படி நாம் மனிதர்களாக ஒன்றுகூடுவோம்? மனிதனை மனிதனிடமிருந்து நாட்டுப்பற்று பிரித்து வைத்திருக்கும் வரையிலும், மோசமான பொருளாதார நிலைமைகளில் பலகோடி மக்கள் இன்னலுற்று கிடக்கும்போது, மற்ற சிலர் செல்வத்தில் கொழித்தால் எப்படி சகோதரத்துவம் இருக்கமுடியும்? நம்பிக்கைகள் நம்மைப் பிரித்து வைக்கிறது, ஒரு குழு இன்னொன்றின்மேல் ஆதிக்கம் செலுத்துகிறது, பணக்காரர்கள் அதிகாரம் பெற்று சக்தியுள்ளவர்களாக இருக்கிறார்கள், ஏழைமக்கள் அதே அதிகாரத்தைப் பெற முயற்சிக்கிறார்கள், நிலமானது நியாயமற்றமுறையில் பங்கிடப் பட்டுள்ளது, சிலருக்கு மட்டும் நல்ல உணவும் பல கோடி மக்கள் உணவின்றி பட்டினியால் வாடிக் கொண்டும் இருக்கிறார்கள் - இந்த நிலையில் மனித ஒற்றுமை எவ்வாறிருக்க முடியும்?

நமக்குள்ள சிரமங்களில் ஒன்று, நாம் இந்த விவகாரங்களைப்பற்றி மெய்யாகவே அக்கறை கொண்டிருக்கவில்லை என்பதுதான். ஏனெனில், நாம் பெருமளவில் கவலைப்படாமல் இருக்கவே விரும்பு கிறோம். இருப்பவைகளை நமக்கு அனுகூலமான வழியில் திருத்தி மாற்ற விரும்புகிறோம். எனவே நாம் நம் வெறுமையைப்பற்றியும், நம் கொடூரத்தனத்தைப் பற்றியும் ஆழமாக அக்கறைப்படவே இல்லை.

வன்முறை வழியாக நாம் அமைதியை எப்போதாகிலும் அடைந்துவிட முடியுமா? அமைதி யானது படிப்படியாக, மெதுவான காலச்சுழற்சியால்

அடைய வேண்டிய ஒன்றா என்ன? நிச்சயமாக, அன்பு என்பது பயிற்சியினாலோ அல்லது காலத்தினாலோ வருகிற விவகாரம் அல்ல. கடந்த இரண்டு உலகப் போர்களும் மக்களாட்சி வேண்டி நடத்தப்பட்டது என்று நினைக்கிறேன். ஆனால், மக்கள் முன்பு இருந்ததைவிட குறைவான சுதந்திரத்துடன் இப்போதிருக்கிறார்கள்; இப்போது நாம் மேலும் அழிவைக் கொண்டுவரும் போருக்காகத் தயாராகிக் கொண்டிருக்கிறோம். அதிகாரம், நம்பிக்கை, நாட்டுப் பற்று, உயர்வு - தாழ்வுபடிநிலை மனோபாவம் போன்ற 'உள்ளதைப்' புரிந்துகொள்வதற்குத் தடையாக உள்ளவற்றை ஒதுக்கித் தள்ளிவிட்டால் என்ன நடக்கும்? நாம் அதிகார மனப்போக்கு இல்லாத மக்களாக, ஒருவர் இன்னொருவருடன் நேரிடையாக உறவு கொண்டிருக்கும் மனிதர்களாக இருக்கும் அந் நிலையில், அன்பும் கருணையும் அங்கே இருக்கக் கூடும்.

கல்விக்கும் மற்ற அனைத்துத் துறைகளுக்கும் இன்றியமையாத தேவை, புரிதலும் உள்ளன்பும் கொண்டிருக்கும் மனிதர்கள்தான். வெற்று சொற்களா லும், மனவிகாரங்களாலும் நிரப்பப்படாத இதயங் களைக் கொண்டிருக்கும் அவர்களால்தான் நன்மை ஏற்படும்.

சிந்தனை, அக்கறை மற்றும் உள்ளன்புடன் மகிழ்ச்சிகரமாக இருக்க வேண்டியது வாழ்க்கை என்றால் அவ்வாறு வாழ, நாம் நம்மைப் புரிந்துகொள்ள வேண்டியது மிகமிக முக்கியமாகும். நாம் மெய்யாகவே தெளிவு பெற்ற சமுதாயத்தை அமைக்க வேண்டு

கல்வியும், உலக அமைதியும்

மென்று விரும்பினால், முரண்பாடற்ற முழுமையாக்கம் பெறுவதற்கான வழிகளைப் புரிந்துகொண்டிருக்கும் கல்வியாளர்கள் நம்மிடம் இருந்தே தீரவேண்டும். அவர்கள் அந்த புரிதலை மாணவர்களுக்குக் கற்பிக்கும் ஆற்றலுள்ளவர்களாக இருப்பார்கள்.

அப்படிப்பட்ட கல்வியாளர்கள் இன்றைய சமுதாய அமைப்பிற்கு அபாயகரமானவர்கள். காரணம், நாம் மெய்யான அறிவொளி பெற்ற சமுதாயத்தை அமைக்க விரும்பவில்லை. எந்த ஆசிரியர் அமைதியின் உட்பொருளை முழுவதுமாக பார்த்தவரோ, அவர் தேசியத்தின் உண்மையான உட்பொருளையும், போரிடுவதின் முட்டாள்தனத்தையும் சுட்டிக்காட்டத் தொடங்குவார். அதன் காரணமாக அவர் வேலையை இழக்க நேரிடும். இந்நிலையைப் பற்றி அறிந்திருக்கும் ஆசிரியர்களில் பெரும்பாலோர், சமூகத்தோடு ஒத்திசைவோடு நடந்துகொள்கிறார்கள். அவ்வாறு நடந்துகொள்வதால், தற்போதிருக்கும் சுரண்டலும் வன்முறையும் தொடருவதற்கு அவர்கள் உதவுகிறார்கள்.

உண்மையைக் காண நமக்குள்ளேயும் நம் அண்டை அயலாருடனும் கொண்டுள்ள சச்சரவிலிருந்து நிச்சயம் நாம் விடுபட்டு இருக்க வேண்டும். உள்முகப் போராட்டம் இல்லாதபோது, புறத்திலும் அது இருக்காது. அகத்துள்ளே இருக்கும் இந்தப் போராட்டம்தான் புறத்தே வெளிப்படுகிறது - அது உலகளவில் சச்சரவாக ஆகிறது.

நம் அன்றாட செயல்பாடுகளின் விரிவாக்கமாக உள்ள யுத்தம், விவரிக்க முடியாத இரத்தக் களரியாகவும், அழிவை உண்டாக்குவதாகவும் இருக்கிறது. நம் அன்றாட வாழ்க்கைமுறையே, யுத்தம் ஏற்படுவதை துரிதப்படுத்துவதாக உள்ளது; தனிநபர் மாற்றம் ஏற்படாத வரையில், நாடுகளுக்கிடையே விரோதம், இனவெறி, கொள்கைகளின் பெயரால் சிறுபிள்ளைத் தனமான சண்டைகள், படைகுவிப்பு, நாட்டுக் கொடி வணக்கம் மற்றும் திட்டமிட்ட கொலையாக இருக்கும் யுத்தத்தைத் தோற்றுவிக்கும் பல்வேறு மிருகத்தனமான செயல்கள் ஆகியவை தொடர்ந்து கொண்டிருக்கும்.

உலகமுழுவதும் இன்றைய கல்விமுறை தோல்வி அடைந்துவிட்டது; அது அதிகரித்துக் கொண்டே போகும் அழிவையும் பெருந்துயரத்தையும் கொண்டு வந்துவிட்டது. அரசாங்கங்கள், தமக்குத் தேவைப்படும் படைவீரர்களையும் தொழில்நுட்ப வல்லுநர்களையும் பெற இளைஞர்களை அத்துறைகளில் பயிற்றுவிக் கின்றது; தீவிரக் கட்டுப்பாடும் பாரபட்ச எண்ணங் களும் இளைஞர்களுக்குள் வளர்க்கப்படுகின்றன, திணிக்கப்படுகின்றன. இவற்றையெல்லாம் கணக்கில் எடுத்துக்கொண்டு, இருத்தலின் அர்த்தத்தையும் நம் வாழ்க்கையின் உட்பொருளையும் நோக்கத்தையும் நாம் விசாரணைச் செய்ய வேண்டும். ஒரு புதிய சூழலை உண்டாக்க பயன்தரும் வழிகளை நாம் கண்டறிய வேண்டும். ஏனெனில், சூழலானது அதன் தன்மையைப் பொறுத்து மாணவனை மிருகத்தனம்மிக்க, உணர்ச்சி மரத்துப் போன துறை வல்லுநராக ஆக்கலாம் அல்லது அவனை மென்னயவுணர்வுள்ள அறிவுள்ள மனிதனாக்

கலாம். நாட்டுப்பற்று, சித்தாந்தங்கள், மற்றும் இராணுவ பலத்தை அடித்தளமாகக் கொண்டிராத, அடிப்படையில் வேறுபட்டதோர் ஓர் உலக அரசாங்கத்தை நாம் உண்டாக்க வேண்டும்.

இவையனைத்தும் நமக்கிடையே உள்ள உறவின் கண் நமக்குள்ள பொறுப்பினை புரிந்து கொள்ள வேண்டியதின் அவசியத்தையே குறிப்பாக உணர்த்து கிறது. நம் பொறுப்பை புரிந்து கொள்ள வேண்டு மெனில், நம் இதயங்களில் அன்பு இருக்க வேண்டும்; ஏட்டுக்கல்வியும், தகவல் அறிவும் மட்டும் போதாது. நம் அன்பு மேலானதாக இருக்குமானால், சமுதாயத்தில் அதன் பாதிப்பும் ஆழமாக இருக்கும். ஆனால் நாமோ இதயமற்ற வெறும் மூளைகளாக இருக்கிறோம். நாம் அறிதிறனை வளர்த்துக் கொள்கிறோம்; பணிவை வெறுக்கிறோம். நாம் நம் குழந்தைகளின் மேல் மெய்யாகவே அன்பு செலுத்தியிருந்தால் நாம் அவர்களைக் காப்பாற்றி பாதுகாத்திருப்போம், போர்களில் பலியிட்டிருக்க மாட்டோம்.

நாம் உண்மையில் போர் தளவாடங்களை சேகரித்துவைத்திருக்க விரும்புகிறோமென்று நான் எண்ணுகிறேன். நாம் படைவலிமையை, இராணுவ சீருடைகளை, சடங்குகளை, மதுபானங்களை, இரைச்சலை, வன்மத்தை, பகட்டாக வெளிக்காட்டவே விரும்புகிறோம். நம் அன்றாட வாழ்க்கையானது, இதே மிருகத்தனமான ஆழமற்ற நிலையை சிறிய அளவில் பிரதிபலிப்பதாக உள்ளது. நாம் ஒருவரையொருவர் பொறாமையாலும் புறக்கணிப்பாலும் அழித்துக் கொள்கிறோம்.

நாம் செல்வந்தர்களாகிவிட விரும்புகிறோம்; நாம் மேலும் மேலும் செல்வந்தர்களாக உயரும்போது, அறக்கட்டளைகளுக்கும் கல்விக்கும் பெருந் தொகையை அன்பளிப்பாக வழங்கினபோதிலும் உண்மையில் மேலும் ஈவுஇரக்கமற்றவர்களாக ஆகிறோம். நாம் ஏமாந்தவரிடமிருந்து திருடிவிட்டு, பதிலுக்குக் கொள்ளையடித்ததில் சிறிதளவு அவருக்குத் திருப்பிக் கொடுக்கிறோம். இதை நாம் தரும காரியம் என்கிறோம். நாம் எந்த பேரழிவுகளுக்காக நம்மை ஆயத்தப்படுத்திக் கொண்டிருக்கிறோம் என்பதை நாம் உணரவேயில்லை என நான் எண்ணுகிறேன். நம்மில் பெரும்பாலோர் ஒவ்வொரு நாளையும் எந்த அளவுக்கு வேகமாகவும் சிந்தனையே இல்லாமலும் வாழ முடியுமோ அந்த அளவிற்கு அப்படி வாழ்ந்து கொண்டிருக்கிறோம். நம் வாழ்க்கையின் போக்கை அரசாங்கங்களும் சூழ்ச்சிமிக்க அரசியல்வாதிகளும் தீர்மானிக்க இடம் கொடுத்துவிட்டோம்.

இறையாண்மை கொண்டிருக்க, எல்லா அரசாங் கங்களும் போருக்காக ஆயத்தம் செய்தே ஆக வேண்டும். எந்தவொரு அரசாங்கமும் அதற்கு விதி விலக்கு அல்ல. தன் குடிமக்களை போரிட திறமை கொண்டவர்களாக ஆக்கவும், தம் கடமைகளை செவ்வனே ஆற்றக்கூடிய திறன் பெற்றவர்களாக தயார் செய்யவும், அரசாங்கம் மக்களைக் கட்டுப்பாட்டுக்குள் வைத்து அவர்கள் மேல் அதிகாரம் செலுத்தியாக வேண்டும் என்பது வெளிப்படை. மக்கள் இயந்திரங் களைப்போல் நடந்து கொள்ளவும், ஈவுஇரக்கமற்ற திறமைசாலிகளாக இருக்கவும் கற்பிக்கப்பட வேண்டும்.

கல்வியும், உலக அமைதியும்

வாழ்க்கையின் நோக்கமும் இறுதி இலட்சியமும், ஒழிப்பதும் அல்லது அழிக்கப்பட்டு போவதும் மட்டும் தானெனில், கல்வி ஈவுஇரக்கமற்ற தன்மையை ஊக்குவிக்க வேண்டும். ஈவுஇரக்கமற்றத் தன்மை என்பது நாம் கொண்டாடும் வெற்றி வழிபாட்டுடன் சேர்ந்தே செல்வதாய் உள்ளது. ஆகவே, அதை நாம் உள்ளூர விரும்பவில்லை என்று உறுதியாக என்னால் நினைக்க முடியவில்லை.

இறையாண்மை கொண்ட அரசு தன் மக்கள் சுதந்திரமாக இருக்கவும், சுயசிந்தனையுடனிருக்கவும் விரும்புவது இல்லை. அவர்களை, பிரச்சாரத்தின் மூலமாகவும் வரலாற்றிற்கு வக்கிரமான விளக்கங் களைக் கொடுப்பதின் மூலமாகவும் கட்டுப்பாட்டுக்குள் வைத்திருக்கிறது. எனவேதான் கல்வியானது எதை சிந்திக்க வேண்டும் என்பதைக் கற்பிக்கும் வழியாகி விட்டது; எப்படி சிந்திக்க வேண்டும் என்பதற்கான ஒருவழியாக அது இல்லை. நாம் இன்று நிலவும் அரசியல் முறையை சுதந்திரமாக சிந்திப்போமானால், நாம், அரசாங்கத்திற்கு அச்சுறுத்தலாகி விடுவோம். சுதந்திரமான நிறுவனங்கள் அமைதியை விரும்புபவர் களையோ அல்லது இருக்கும் ஆட்சிக்கு முரண்பட்டு சிந்திக்கும் மக்களையோ உருவாக்கிவிடக்கூடும்.

சரியான கல்வியானது இறையாண்மையுள்ள அரசாங்கங்களுக்கு ஓர் அபாயம் என்பது தெளிவு. எனவே அப்படிப்பட்ட கல்வி, முரட்டுத்தனமாகவோ அல்லது சாமர்த்தியமாகவோ, தடுக்கப்பட்டுவிடுகிறது. கல்வி மற்றும் உணவு பற்றிய அதிகாரம் ஒருசிலரின்

கைகளில் இருப்பதால், அவை மனிதர்களைக் கட்டுப் படுத்தும் வழியாகிவிட்டது. வலதுசாரி அரசாங்கமோ அல்லது இடதுசாரி அரசாங்கமோ, எதுவாக இருந்தாலும், விற்பனைப் பொருட்களையும் குண்டு களையும் உற்பத்தி செய்து தள்ளும் திறமையான இயந்திரங்களாக நாம் இருக்கும்வரை அவை எதைப் பற்றியும் கவலைப்படாது.

தற்போது உலகமெங்கும் இந்நிலையே நிலவு கின்றது. இவ்வாறு கூறுவதின் பொருள் என்ன வென்றால், குடிமக்களாகவும் கல்வியாளர்களாகவும் இன்றைய அரசாங்கங்கள் அமைவதற்கு பொறுப்பான வர்களுமாக இருக்கும் நாம், சமுதாயத்தில் சுதந்திரம் உள்ளதா அல்லது அடிமைத்தனம் உள்ளதா, அமைதி நிலையா அல்லது யுத்தமா, சௌகரியமான வாழ்வா அல்லது இன்னல்மிக்க வாழ்வா என்பதைப் பற்றி யெல்லாம் அடிப்படையில் கவலைப்படுவதே இல்லை. இங்குமங்குமாக ஒரு சிறிய சீர்திருத்தம் செய்ய வேண்டுகிறோம். ஆனால் நம்மில் பெரும்பாலோர் இன்றைய சமுதாயத்தை உடைத்து விட்டு, முற்றிலும் புதுமையான அமைப்பை எழுப்பிவிட அச்சப்படு கிறோம். காரணம், புதுமையான சமுதாயம் அமைக்க முதலில் நமக்குள் அடிப்படையான மாற்றம் தேவைப்படுகிறது என்பதால்தான் அஞ்சுகிறோம்.

இன்னொரு பக்கத்தில், வன்முறையான புரட்சியைக் கொண்டு வருவதற்கு சிலர் முனைகிறார் கள். போராட்டங்கள், குழப்பங்கள் மற்றும் இன்னல்கள் நிறைந்த இன்றைய சமூக அமைப்பை

உருவாக்குவதற்கு முதலில் உதவி செய்துவிட்டு, இப்போது குறையில்லாத நிறைவான சமுதாயம் ஒன்றை நிறுவ அவர்கள் விரும்புகிறார்கள். இன்னல் நிறைந்த இன்றைய சமுதாயத்தை உருவாக்கிய நம்மால் நிறைவான சமுதாயத்தை அமைக்க முடியுமா என்ன? அமைதியை, வன்முறையின் மூலம் அடைந்துவிடலாம் என நம்புவது, நிகழ்காலத்தை எதிர்கால இலட்சியத் திற்காக பலியிடுவதாகும். எனவே, சரியான இலக்கை தவறான வழிகளின் மூலமாக அடைய முயற்சிப்பது என்ற செயல்பாட்டுமுறையே இன்றைய பெருந் துன்பத்திற்கான காரணங்களில் ஒன்றாகும்.

சமூகத்தில் உணர்ச்சிகளைச் சார்ந்த விழுமியங்கள் ஆதிக்கம் செலுத்த அனுமதிக்கப்படும்போது, தேசிய வாதம், பொருளாதார எல்லைகள், இறையாண்மை அரசாங்கங்கள், நாட்டுப்பற்று என்பன போன்ற விஷங்களை அவை உண்டுபண்ணுவது இயல்பானதே. இவையெல்லாம் மனித கூட்டுறவை ஒதுக்கித் தள்ளி விடுகின்றன. சமுதாயத்தை உருவாக்கும் மனித உறவை கெடுத்து விடுகின்றன. நமக்கும் இன்னொருவருக்கும் உள்ள உறவுதானே சமுதாயம்; இந்த உறவை ஏதோ ஒரு தளத்தில் மட்டுமல்லாமல், முழுவதுமாக, அதன் இயக்கத்தை ஆழமாக நாம் புரிந்து கொள்ளாவிடின், மேலோட்டமான மாற்றங்களுடன் மறுபடியும் அதே வகையான சமுதாயத்தைதான் நம்மால் உண்டுபண்ண முடியும்.

உலகத்திற்குச் சொல்லொணா துயரத்தைக் கொண்டு வந்துள்ள, மக்களிடையே உள்ள தற்

போதைய தொடர்பு முறையை அடிப்படையிலேயே மாற்றவேண்டுமெனில் நாம் உடனடியாக செய்ய வேண்டிய ஒரே ஒரு வேலை என்னவெனில் தன்னைப் பற்றிய அறிவு மூலமாக நம்மை அடிப்படை மாற்றம் செய்துகொள்ள வேண்டியது மட்டுமே. எனவே திரும்பவும் மையப்புள்ளிக்கே திரும்பியிருக்கிறோம் - அதாவது நம்மைப் பற்றிய விசாரணை; ஆனால் நாமோ அந்த மையப்புள்ளியிடம் போகாதபடி தகிடுதத்தம் செய்கிறோம்; பொறுப்பைத் தட்டிக்கழித்துவிட்டு, அரசாங்கங்கள், மதங்கள், சித்தாந்தங்கள் மேல் பொறுப்பைச் சுமத்திவிடுகிறோம். அரசாங்கம் என்பது நாம்தான்; மதங்களும் சித்தாந்தங்களும் வேறல்ல, அவை நம்மின் புறவெளிப்பாடுகளே. நாம் அடிப்படையில் மாறாதவரையில் சரியான கல்வியோ அல்லது அமைதியான உலகமோ இருக்கமுடியாது.

அன்பும் மெய்யுணர்வும் இருக்கும்போது மட்டுமே, புறப்பாதுகாப்பு நம் அனைவருக்கும் கிடைக்கும். போராட்டமும் பெருந்துயர்களும் நிறைந்த ஓர் உலகத்தை நாம் உண்டாக்கிவிட்டிருக்கிறோம். இதில் புறப்பாதுகாப்பு எல்லோருக்கும் இல்லாமல் மிகவேகமாக மறைந்துகொண்டு போகிறது. இந்நிலைமை, நேற்றைய மற்றும் இன்றைய கல்வியின் பயனற்ற தன்மையைக் குறிக்கவில்லையா? பெற்றோர்களாகவும் ஆசிரியர்களாகவும் இருக்கும் நாம், வல்லுநர்களையும் அவர்கள் கண்டுபிடிப்புகளையும் வெறுமனே நம்பிக்கொண்டிராமல் சம்பிரதாய மரபுகளின் பாற்பட்ட சிந்தனைகளை உடைத்தெறிய வேண்டிய நேரடிப் பொறுப்பை கொண்டிருக்கிறோம்.

நாம் பெற்றிருக்கும் தொழில்நுட்ப தேர்ச்சியானது நமக்கு பணம் சம்பாதிப்பதற்கான ஒரு திறமையை அளித்திருப்பதால் நாம் திருப்தி அடைந்துவிடுகிறோம். ஆனால், உண்மையான கல்வியாளன் என்பவன் செவ்விய வாழ்க்கை, சரியான கல்வி மற்றும் சிறந்த வாழ்வாதாரங்களுக்கான வழிகளைப்பற்றி மட்டுமே அக்கறை கொள்வான்.

இந்த விவகாரங்களில் நாம் எவ்வளவுக்கு பொறுப்பில்லாமல் இருக்கின்றோமோ, அவ்வளவுக்கு அரசாங்கம் அனைத்துப் பொறுப்புகளையும் தானே எடுத்துக் கொள்கிறது. நாம் எதிர்கொள்ளும் பிரச்சினை அரசியல் நெருக்கடியோ அல்லது பொருளாதார நெருக்கடியோ அல்ல; அது மனிதனின் தராதரம் குறைந்து போகும் நெருக்கடி. இதை அரசியல் கட்சியோ அல்லது பொருளாதார அமைப்போ தடுத்து நிறுத்தமுடியாது.

மற்றொரு பெரிய அழிவு, அபாயகரமாக நம்மை நெருங்கி வந்துகொண்டிருக்கிறது. நம்மில் பெரும்பா லோர் அதைப்பற்றி எந்த நடவடிக்கையும் எடுப்ப தில்லை. நேற்றைய பொழுதைப் போன்றே இன்றைய பொழுதும் -என்பதாய் ஒரே மாதிரியான இயந்திர வாழ்க்கை வாழ்ந்தபடி இருக்கிறோம். பொய்யான விழுமியங்களை உதறிவிட்டு புதிதாக நாம் எதையும் தொடங்குவதில்லை. நாம் செய்யும் சீர்திருத்தம் ஒட்டுவேலை போன்றிருக்கிறது. அதன் விளைவாக, மேலும் சீர்திருத்தத்திற்கான பிரச்சினைகள் எழுகின்றன. சமுதாயம் எனப்படும் இந்தக் கட்டிடமே

நொறுங்கி விழுந்து கொண்டிருக்கிறது, சுவர்கள் சரிந்து கொண்டிருக்கின்றன, அதை தீ அழித்துக் கொண்டிருக்கிறது. நாம் இந்தக் கட்டிடத்தை விட்டு வெளியேற வேண்டும். புதிய மனையில், புதிய அஸ்திவாரத்துடன், புதிய விழுமியங்களுடன் கட்டிடத்தை எழுப்ப வேண்டும்.

நாம் தொழில்நுட்ப அறிவை ஒதுக்கிவிட முடியாது. ஆனால், நாம் உள்முகமாக - நம் விகாரத்தை, நம் ஈவுஇரக்கமற்றத்தன்மையை, நம் ஏமாற்று வேலைகளை, நாணயமற்ற செயல்களை, முற்றிலும் நம்முடைய அன்பற்றத் தன்மையை பற்றிய விழிப்புணர்ச்சி பெறமுடியும். தேசிய மனோபாவத்திலிருந்தும் பொறாமை மற்றும் அதிகாரத்திற்கான வெறியிலிருந்தும் நாம் புத்திசாலித்தனமாக விடுபடுவதால் மட்டுமே ஒரு புதிய சமுதாய அமைப்பை நிறுவமுடியும்.

அமைதியை, ஒட்டுவேலை சீர்திருத்தத்தின் மூலமாகவோ அல்லது, பழைய கருத்துக்கள் மற்றும் மூடநம்பிக்கைகளை வெறுமனே மாற்றி அமைப்பதாலோ அடைந்துவிட முடியாது. மேலோட்டமாக இருப்பதற்கு அப்பால் என்ன இருக்கிறது என்பதைப் புரிந்து கொள்ளும்போதுதான் அமைதி இருக்கமுடியும். இத்தகைய புரிதல், நம் அச்சங்களினாலும் தன் முனைப்பு முரட்டுத்தனங்களாலும் கட்டவிழ்த்து விடப்பட்ட அழிவு அலையை நிறுத்தும். அப்போதுதான், நம் குழந்தைகளின் நல்வாழ்விற்கான நம்பிக்கையும் உலகம் உய்வதற்கான வழியும் பிறக்கும்.

5

பள்ளிக்கூடம்

சரியான கல்வியானது, தனிமனித சுதந்திரத்தில் அக்கறை கொள்கிறது; அத்தகைய சுதந்திரமே அனைத்துடனும் பலருடனும் உண்மையான கூட்டுறவை ஏற்படுத்துகிறது; ஆனால் இந்தச் சுதந்திரத்தை, ஒருவன், தன் செல்வாக்கினைப் பெருக்கிக் கொள்வதினாலும், தான் பெறும் வெற்றி களாலும் அடைந்துவிட முடியாது. சுதந்திரம், தன்னைப் பற்றிய அறிவினால் உடன்வருவது; தன் சுயபாதுகாப்பிற்கான ஆசையின் காரணமாக, தானே செய்துகொண்ட இடையூறுகளைத் தாண்டியதோடல் லாமல் அதற்கப்பாலும் மனம் போகும்போது வருவது சுதந்திரம்.

சுயபாதுகாப்பிற்காக மனோரீதியாக நாம் ஏற்படுத்திக் கொண்டுள்ள இடையூறுகளைக் கண்டு பிடிக்க கல்வி நமக்கு உதவவேண்டும். புதிய நடத்தைமுறைகளை, புதிய சிந்தனை வழிகளை மட்டுமே நம்மேல் திணிப்பதாகக் கல்வி இருக்கக்

கூடாது. அத்தகைய திணிப்புகள், மெய்யுணர்வையும் ஆக்கப்பூர்வமான புரிதலையும் விழிப்படையச் செய்யாது. மாறாக, அது தனிமனிதனை மேலும் தளைபடுத்தும். புதிய சிந்தனை வழிகள், நெறிமுறைகள் என பலவற்றை மக்கள்மீது திணிப்பதுதான் உலகம் முழுவதும் இப்போது நடைபெற்றுக் கொண்டிருக்கிறது. அதனால்தான் நம் பிரச்சினைகள் தொடர்ந்தும் பெருகிக்கொண்டும் இருக்கின்றன.

மனித வாழ்க்கையின் ஆழமான உட்பொருளை நாம் புரிந்துகொள்ளத் தொடங்கும்போதுதான் உண்மையான கல்வியாக அது இருக்கக்கூடும். புரிந்துகொள்வதற்கு, மனமானது வெகுமதி பெற்றுவிட வேண்டும் என்ற விருப்பத்திலிருந்து தன்னை விடுவித்துக்கொள்ள வேண்டும். பரிசுக்கான விருப்பம்தான் அச்சத்தையும் ஒத்துப்போவதையும் வளர்க்கிறது. நாம் நம் குழந்தைகளை சொந்த உடைமை என்றும் நம் அற்ப சுயத்தின் தொடர்ச்சி என்றும் நம் ஆசைகளை நிறைவேற்றுபவர்கள் என்றும் கருதினோமானால், அன்பு இல்லாத தன்னலம் பேணுகின்ற ஒரு சூழ்நிலையை, ஒரு சமுதாய அமைப்பையே நிர்மாணிப்போம்.

எந்தப் பள்ளியொன்று உலகியல் வழக்கில் வெற்றி பெற்றதாகக் கருதப்படுகிறதோ, அது பெரும்பாலும் உண்மையான கல்வி அளிப்பதில் தோல்வி அடைந்ததாகவே இருக்கும். மிகப்பெரிய, வளமாக செழித்து வரும் கல்விக்கூடத்தில் நூற்றுக்கணக்கில் குழந்தைகள் படிக்கிறார்கள். அப்பள்ளிகளில் பகட்டும் வெற்றியும் தம்பட்டம் அடிக்கப்படுகின்றன. அங்கு தீவிரமற்ற, மேம்போக்கான, வங்கி குமாஸ்தாக்களையும், திறமை

மிக்க விற்பனையாளர்களையும் தொழிலதிபர்களையும் தொழில்நுட்ப வல்லுநர்களையும் அரசு அதிகாரிகளையும் தயாரித்து தள்ளுகிறார்கள். சமுதாயம் மேம்பட இருக்கும் ஒரே நம்பிக்கை முழுமையான நிறைமனிதர்கள்தாம். இத்தகையவர்கள் உருவாகி வருவதற்கு உதவிகரமாக சிறிய பள்ளிக்கூடங்கள்தாம் இருக்கமுடியும். எனவேதான், குறைவான எண்ணிக்கையில் மாணவ, மாணவிகளையும் சரியான கல்வியாளர்களையும் கொண்டு சிறிய பள்ளிகளை நடத்துவதுதான், பெரிய கல்வி நிறுவனங்களில் சிறந்த நவீனமுறைளைக் கையாள்வதைவிட, முக்கியமானதாகும்.

துரதிருஷ்டவசமாக பிரம்மாண்டமான அளவில் தான் செயல்பட வேண்டும் என்ற நம் எண்ணம் நம்மைக் குழப்பும் இடர்பாடுகளில் ஒன்றாகும். பெருவாரியான மக்களிடையே தாக்கத்தை ஏற்படுத்தி மறுமலர்ச்சிப் பெற்றுத் தர வேண்டும் என்ற நம் விருப்பம் நிறைவேற, அவை, சரியான கல்வி மையங்கள் இல்லை என்பது தெளிவாகத் தெரிந்தாலும், நம்மில் பெரும்பாலோர் கவர்ச்சித் தோற்றமுடைய பிரம்மாண்ட கட்டிடங்களில் இயங்கும் பெரிய பள்ளிகளையே விரும்புகிறார்கள்.

ஆனால், இந்தப் பெருவாரியான பொதுமக்கள் என்பவர்கள் யார்? நீங்களும் நானும்தான். பெருவாரியான பொதுமக்களுக்கு சரியாக கற்பிக்க பிரம்மாண்டமான பள்ளிகள் வேண்டும் என்ற கருத்தில் நம்மை நாம் தொலைத்துவிட வேண்டாம். பெருவாரியான பொது மக்களுக்காக என எண்ணுவதே

உடனடியான செயல்பாட்டிலிருந்து நாம் தப்பிப்பதற் கான ஒரு வழியாகும். நாம் எதை உடனடியாகச் செய்ய வேண்டுமோ அதிலிருந்து தொடங்கும்போது சரியான கல்வி உலகமுழுவதற்குமாக இருக்கும். நம் குழந்தை கள், நம் நண்பர்கள், நம் அண்டை வீட்டார்களுடன் உள்ள நம் உறவை விழிப்புடன் உணர்ந்திருப்பதே உடனடியாகச் செய்யவேண்டிய செயலாகும். விழிப்புணர்வுடன் நாம் ஆற்றும் செயல்பாடுகள், இந்த உலகத்தில், நம் குடும்பம் மற்றும் நண்பர்கள் மத்தியில், விரிந்த தாக்கத்தையும் விளைவையும் ஏற்படுத்தும்.

நம் உறவுகள் அனைத்திலும் நாம் நம்மை முழுவதுமாக விழிப்புணர்வோடு பார்க்கும்போது, தற்சமயம் நாம் அறிந்துகொள்ளாத, நமக்குள்ளிருக்கும் குழப்பங்களையும் குறைபாடுகளையும் கண்டு கொள்ளத் துவங்குவோம். அவைகளைப் பற்றிய விழிப்புணர்வால் அவைகளைப் புரிந்து கொண்டு, அப்புரிதலால் அவற்றைப் போக்கியும் விடுவோம். இந்த விழிப்புணர்வும் தன்னறிவும் இல்லாத நிலையில் கல்வியிலோ அல்லது வேறு துறைகளிலோ எந்த சீர்திருத்தம் கொண்டுவந்தாலும், அது பெரும் பகை களுக்கும் இன்னல்களுக்கும்தான் வழி வகுக்கும்.

மாணவருடனான உறவில் விழிப்புடனும் கவனத்துடனும் இருப்பதற்குப் பதிலாக, மாபெரும் நிறுவனங்களை நிர்மாணித்து, விதிமுறைகளை மட்டுமே பின்பற்றும் ஆசிரியர்களை வேலையில் அமர்த்தி, மாணவர்களைப் பயிற்றுவிப்பதால் நாம் வெறும் தகவல் சேகரிப்புக்கும், திறன் வளர்ச்சிக்கும், இயந்திர கதியில் மாதிரி படிவங்களுக்கேற்ப சிந்திக்கும்

பழக்கத்திற்கும் மட்டுமே மாணவர்களை ஊக்குவிக்கிறோம். இவையனைத்தும் நிச்சயமாக மாணவனை ஒரு முரண்பாடற்ற, பயமற்ற, நிறை மனிதனாக, வளர்ச்சி அடைய உதவுவதில்லை. ஆழ்ந்து சிந்திக்கும் விழிப்புணர்வு கொண்ட கல்வியாளர்கள் கையில் விதிமுறைகள் குறிப்பிட்ட அளவுக்கு பயனுள்ளதாக இருக்கலாம். ஆனால், அவை மெய்யறிவு மலர உதவிடாது. ஆனாலும், இந்த 'விதிமுறை', 'நிறுவனம்' போன்ற சொற்கள் நமக்கு மிக முக்கியமான வைகளாகிவிட்டன என்பது விந்தையாகவுள்ளது. யதார்த்தத்தின் இடத்தை சின்னங்கள் எடுத்துக் கொண்டன; நமக்கும் இதில் உடன்பாடே. யதார்த்தம் சங்கடப்படுத்தும்போது, குறியீட்டு நிழல்கள் சௌகரியத்தை அளிப்பதால் சின்னங்களில் திருப்தி அடைந்துவிடுகிறோம்.

பொதுவான கல்விப் பயிற்சியின் மூலம் அடிப்படை விழுமியங்களின் பலன்கள் எதையும் பெறமுடியாது. ஆனால் மாணவனின் பிரச்சினைகள், மனப்போக்கு, திறன் ஆகியவற்றைக் கூர்ந்து கவனித்து புரிந்து கொள்ளும்போது தான் அதை சாதிக்க முடியும். எனவே, எவரெல்லாம் இதை உணர்ந்திருக்கிறார்களோ, தம்மைப் புரிந்து கொள்ள அக்கறை கொண்டுள்ளார்களோ, இளைஞர்களுக்கு உதவி செய்ய விரும்புகிறார்களோ, அவர்களெல்லாம் ஒன்றுகூடி பள்ளி ஒன்றைத் தொடங்க வேண்டும். மாணவனின் வாழ்க்கையில் முக்கியமாக இருந்து, அவன் முரண்பாடற்ற, மெய்யுணர்வுடைய நிறைமனிதனாவதற்கு, அத்தகைய பள்ளி உதவிபுரியும். இப்படியொரு

பள்ளியைத் தொடங்குவதற்கு தேவைப்படும் இடம், பணம் போன்றவைகளுக்காக அவர்கள் காத்திருக்க வேண்டியதில்லை. ஒருவர் வீட்டிலிருந்தபடியே ஓர் உண்மையான ஆசிரியராக இருக்கலாம்; உண்மையான அக்கறை கொண்டவருக்கு, வாய்ப்புகள் தானாகவே வந்தடையும்.

எவர்கள் தம் சொந்த குழந்தைகளையும், மற்ற குழந்தைகளையும் நேசிக்கிறார்களோ, குழந்தைகள் நலனில் அக்கறை கொண்டிருக்கிறார்களோ, அவர்கள் சிறந்ததோர் பள்ளியை எவ்வாறாவது ஒரு இடத்தில், அப்படியில்லையென்றால் தம் வீட்டிலேயோ தொடங்கியே தீர்வார்கள். பின்பு பணம் தானே வரும் - பணவிஷயம் அவ்வளவு முக்கியமல்ல. ஒரு சிறிய சிறந்த பள்ளியை நடத்துவது என்பது பொருளாதார ரீதியில் கடினம்தான்; அத்தகைய பள்ளி, தியாகத்தில் மட்டும் செழிக்குமே தவிர கொழுத்த வங்கிக் கணக்குத் தொகையினால் செழிப்பதாக இல்லை. அன்பும் புரிதலும் இல்லாவிடில், பணம் இருக்கிறதே, அது, ஊழலையும் ஒழுக்கக்கேட்டையும் வளர்த்துவிடும். ஆனால், அது மெய்யாகவே தரமுள்ள பள்ளியெனில் தேவைப்படும் உதவி கிடைத்துவிடும். குழந்தையின் பால் அன்பு இருக்கும்போது, எல்லாமே சாத்தியமாகும்.

நிறுவனம்தான் முக்கியமானது என்றிருக்கும் வரை, மாணவன் முக்கியமில்லாமல் போகிறான். சரியான கல்வியாளர், தன் மாணவர்கள் ஒவ்வொருவர் நலனிலும் அக்கறை கொள்வாரே தவிர, தன்னிடம் எத்தனை மாணவர்கள் இருக்கிறார்கள் என்பதில் அக்கறைக் காட்டமாட்டார். அப்படிப்பட்ட கல்வி

யாளர் சில பெற்றோர்களின் ஆதரவுடன் தன்னால் மிக முக்கியமான சிறந்ததொரு பள்ளியை நடத்த முடியும் என்பதைக் கண்டுகொள்வார். ஆசிரியர், அக்கறை என்ற சுடரை தம்முள் கொண்டிருக்க வேண்டும். அவர் அரை குறை ஆர்வமுடையவராக இருந்தால், அவரும் ஏனைய நிறுவனங்களைப் போன்றவொன்றை நிறுவுவார்.

பெற்றோர்கள் உண்மையிலேயே தம் குழந்தை களின் மேல் அன்பு கொண்டிருப்பின், சரியான ஆசிரியர் களைக் கொண்ட சிறிய பள்ளிகளை நிறுவுவதற்கான சட்டம் மற்றும் வேறு வழிகளை மேற்கொள்வார்கள். சிறிய பள்ளிகள் நடத்துவதற்கு செலவு அதிகமாகும் மற்றும் சரியான ஆசிரியர்களைக் கண்டுபிடிப்பது கடினம் போன்ற விஷயங்கள் எல்லாம் அவர்களைத் தடுத்து நிறுத்தாது.

இவ்வகையிலான பள்ளிகள் முற்றிலுமான அடிப்படை மாற்றத்தை ஏற்படுத்தும் புரட்சிகரமான வைகளாக இருப்பதால், சுயநலக்காரர்களிடமிருந்தும், அரசாங்கங்களிடமிருந்தும் நிறுவனமாக இயங்கும் மதங்களிடமிருந்தும் எதிர்ப்பு வந்தே தீரும் என்பதை அவர்கள் உணர்ந்துகொள்ள வேண்டும். உண்மையான புரட்சி, வன்முறைப் புரட்சியைப் போன்றதல்ல. முரண்பாடற்ற நிறையுணர்வையும் மெய்யறிவையும் வளர்ப்பதன் மூலம் மனித வாழ்வு செம்மையுற்று, அத்தகைய வாழ்வே, படிப்படியாக சமுதாயத்தில் அடிப்படை மாற்றங்களை உண்டாக்குவதால் பிறப்பது, உண்மையான புரட்சி.

இவ்வகைப் பள்ளிகளின் ஆசிரியர்கள் அனைவரும் தாமாகவே முன்வந்து பணியில் சேர்ந்தவர்களாய் இருப்பது மிகவும் இன்றியமையாத விஷயமாகும். சிறந்த கல்வி மையத்தின் பொருத்தமான அஸ்திவாரமாய் அமைவது உலகியல் ஆசைகளிலிருந்து தாமாகவே மனமுவந்து விடுதலை பெற்ற ஆசிரியர்கள்தாம். பிறர் தூண்டுதலாலோ அல்லது தேர்ந்தெடுக்கப்பட்டோ இவ்வகைப் பள்ளிகளில் ஆசிரியரானால், அவரால் பள்ளிக்கு நன்மையேதுமில்லை. ஆசிரியர்கள், சக ஆசிரியர்களுக்கு உதவவும், சிறந்த விழுமியங்களைப் பற்றி அறிந்து கொள்ள மாணவர்களுக்கு உதவவும் எண்ணினால், அன்றாட வாழ்க்கையில் அவர்களிடையே நிலவும் உறவுமுறையை மிகுந்த விழிப்புணர்வுடன் அவர்கள் தொடர்ந்து கவனிப்பது அவசியமாகிறது.

ஒரு சிறிய பள்ளி தனித்திருக்கும் சூழலில், எப்போதும் பெருகிக்கொண்டே இருக்கும் பிரச்சினைகளைக் கொண்ட வெளியுலகம் ஒன்று இருக்கிறது என்பதை அது மறந்து போவதற்கான வாய்ப்பும் உண்டு. வெளியுலகம் நம்மிடமிருந்து வேறுபட்டது இல்லை. மாறாக, அது நம்முடைய ஒரு பாகமாக இருக்கிறது. வெளியுலகைப் படைத்தவர்களே நாம்தான். ஆகவே சமுதாய அமைப்பில் அடிப்படை மாற்றம் ஏற்பட வேண்டுமென்றால், அதற்காக எடுக்க வேண்டிய முதல் நடவடிக்கை, சரியான கல்வியை அளிப்பதாகும்.

நம்முடைய பிரச்சினைகள் மற்றும் பெரும் துயரங்களுக்கு நிரந்தரத் தீர்வை சரியான கல்வியால்தான் தரமுடியும். சித்தாந்தங்கள், தலைவர்கள் மற்றும் பொருளாதார புரட்சிகள் இதில் நமக்கு உதவ

முடியாது. இவ்வுண்மையைப் பார்ப்பது என்பது அறிவுபூர்வமான அல்லது உணர்ச்சிபூர்வமான தூண்டுதலோ அல்லது தந்திரமான விவாதமோ அல்ல.

சிறந்த பள்ளியின் மைய ஆதாரமாய் விளங்கும் ஆசிரியர்கள், பரிபூரண அர்ப்பணிப்புடன் துடிப்புள்ளவர்களாகவும் இருப்பின், அவர்களையொத்த பிறரையும் தம்பால் ஈர்ப்பார்கள். அர்ப்பணிப்பு இல்லாதவர்கள், தங்களுக்குப் பொருத்தமில்லாத இடத்திலிருப்பதை சீக்கிரமே உணரத்தொடங்குவர். மையமானது, நோக்கஉறுதியும் விழிப்புணர்வும் கொண்டிருந்தால், அக்கறையில்லாத விளிம்பு சீக்கிரமாக வாடி உதிர்ந்து போய்விடும். ஆனால், மையமே அக்கறையின்றி இருக்குமாயின் அந்தக் குழு முழுவதுமே உறுதியில்லாமல் பலவீனமாக இருக்கும்.

பள்ளியின் தலைமையாசிரியர் மட்டுமே மையமாக உருவாகமுடியாது. ஒருவர் தோற்றுவிக்கும் உற்சாகம் அல்லது அக்கறை மெல்லமெல்ல குறைந்து மறைவது நிச்சயம். அப்படிப்பட்ட உற்சாகமானது, மேலோட்டமானது, மாறும் இயல்புள்ளது, பயனற்றது. ஏனெனில், அது திசை திருப்பப்பட்டு இன்னொன்றின் போக்கிற்கும் விருப்பத்திற்கும் ஏற்ப கீழ்ப்படியும் இயல்புடையது. பள்ளியின் தலைமையாசிரியர் ஆதிக்கம் செலுத்துபவராக இருப்பின் சுதந்திரம் மற்றும் ஒத்துழைப்புணர்வு அங்கிருக்காது. வலிமையான கட்டுத்திட்டங்களால் முதல்தரமான பள்ளியை உருவாக்க முடியும். ஆனால், பயமும் அடிமைத்தனமும் மெல்ல மெல்ல அங்கு நுழைந்து விடும். தலைமையாசிரியர் மட்டும் ஆதிக்கம் செலுத்துபவராகவும் மற்ற ஆசிரியர்கள் கவனிக்கப்படாதவர்

களாக இருப்பதும் பொதுவாக நிகழும் ஒன்றாக வுள்ளது.

இப்படிப்பட்ட குழுமம் தனிமனித சுதந்திரத்திற்கும் புரிதலுக்கும் ஏற்புடையதல்ல. ஆசிரியர் குழுவானது, தலைமையாசிரியரின் அதிகாரத்திற்குட்பட்டு இருக்கக் கூடாது. தலைமையாசிரியர் எல்லா பொறுப்புகளையும் தான் ஒருவரே எடுத்துக் கொள்ளக்கூடாது. இதற்கு மாறாக ஒவ்வொரு ஆசிரியரும் எல்லாவற்றிற்கும், முழுமைக்கும் தான் பொறுப்பு என உணரவேண்டும். ஒருசிலர் மட்டுமே அக்கறை கொண்டிருந்தால், ஏனையோர்களின் அக்கறையின்மையோ அல்லது எதிர்ப்போ, அந்த ஒரு சிலரின் முயற்சிக்கு முட்டுக்கட்டையாக இருந்து அதை மதிப்பற்றதாக்கி விடும்.

மைய அதிகார பீடம் ஒன்று இல்லாமல் ஒரு பள்ளியை நடத்த முடியுமா என்ற ஐயம் எழலாம். ஆனால், அப்படிப்பட்ட முயற்சி செய்யப்படாததால் ஐயத்திற்கான விளக்கம் ஒருவருக்கும் உண்மையிலேயே தெரியாது; நிச்சயமாக, உண்மையான கல்வியாளர்களின் குழுமத்தில் அதிகாரப் பிரச்சினை எழவே எழாது. அங்கு அனைவருமே சுதந்திரமாகவும் அறிவார்ந்தும் செயல்பட முயல்வதால், எல்லா நிலைகளிலும் ஒருவருக்கொருவர் ஒத்துழைப்பு நல்குவது சாத்தியப்படும். சரியான கல்விக்கான பணிக்கு எவரெல்லாம் தம்மை முழுமையாக அர்ப்பணித்துக் கொள்ளவில்லையோ, அவர்களுக்கு, மைய அதிகார பீடம் இல்லாமல் இருப்பது நடைமுறைக்கு ஒவ்வாத கோட்பாடு எனத் தோன்றும். ஆனால், தன்னை

முழுவதுமாக அர்ப்பணித்துக் கொண்டவர், தன் கல்விப் பணியைச் செய்வதற்கு, அதிகாரத்தின் நிர்ப்பந்தமோ, நெறிப்படுத்தலோ அல்லது கட்டுப்படுத்தலோ அவருக்கு தேவையில்லை. புத்திசாலித்தனமான ஆசிரியர்கள், அவர்கள் தம் திறமைகளின் செயற்பாட்டினை விதிமுறைகளுக்கேற்ப சரிக்கட்டிக் கொண்டு போவார்கள். தனிப்பட்ட முறையில் சுதந்திரமாகவும், பள்ளி விதிகளுக்கு உட்பட்டு நடந்து கொண்டும், பள்ளி முழுமைக்கும் பயனுள்ள வகையில் செயலாற்றுவார்கள். திறமையின் தொடக்கமே முனைப்பான அக்கறையாகும். நடை முறைப்படுத்துவதால் திறமையும் அக்கறையும் வலுப்பெறுகின்றன.

கீழ்ப்படிந்து நடத்தல் என்பதின் உளவியல் ரீதியான தாக்கத்தைப்பற்றி புரிந்துகொள்ளாமல், அதிகாரத்திற்குப் பணிந்து நடப்பதில்லை என்று வெறுமனே முடிவெடுப்பது, குழப்பத்திற்குத்தான் இட்டுச் செல்லும். தலைமை அதிகாரம் இல்லாதிருப்பதால் வந்த குழப்பம் அல்ல இது. குழப்பத்தின் காரணம், சரியான கல்வியில் ஆழமான அக்கறை இல்லாததே ஆகும். உண்மையான அக்கறை இருக்குமேயானால், ஒரு பள்ளியை நடத்துவதற்கான தேவைகளுக்கும் கோரிக்கைகளுக்கும் ஏற்ப ஒவ்வொரு ஆசிரியரும் கவனத்துடன் ஒத்திசைவோடு நடந்து கொள்வார். எந்த உறவிலும் உரசல்களும் தப்பெண்ணங்களும் தவிர்க்க முடியாதவை. ஆனால், பொதுநலனில் பற்றுதல் என்னும் உறவில் இணைந்திருக்காத சூழலில், உரசல்களும் தப்பெண்ணங்களும் பெரிதுபடுத்தப்படுகின்றன.

ஆதர்ச பள்ளி ஒன்றின் ஆசிரியர்களிடம் தங்குதடையில்லாத ஒத்துழைப்பு இருந்தே ஆக வேண்டும். ஆசிரியர்கள் அனைவரும் அடிக்கடி கூடி, பள்ளியின் பல்வேறான பிரச்சினைகள் பற்றி கலந்துரையாட வேண்டும். நடவடிக்கைகளைப் பற்றி ஏகமனதாக முடிவெடுத்துவிட்டால், அதை செயல் படுத்த இடர்பாடு எதுவும் இருக்காது. ஒரு ஆசிரியரின் ஒப்புதல் கிடைக்கவில்லையென்றால்கூட, பிரச்சினை மீண்டும் விவாதிக்கப்பட வேண்டும்.

தலைமை ஆசிரியரிடம் எந்த ஒரு ஆசிரியருக்கும் அச்சம் தோன்றக்கூடாது. தலைமையாசிரியரும் அவரை விட மூத்த ஆசிரியர்களால் அச்சுறுத்தப்படுவ தாக உணரும் நிலை இருக்கக்கூடாது. எல்லோரும் சமம் என்ற உணர்வு இருக்கும்போதுதான், மகிழ்வான மனவொற்றுமை சாத்தியப்படும். எனவே சரியான கல்வி போதிக்கும் பள்ளியில் எல்லோரும் சமம் என்ற உணர்வு இருக்கவேண்டியது மிக முக்கியமானது. ஏனெனில் தான் இன்னொரு நபரைவிட பெரியவர் அல்லது தாழ்ந்தவர் என்ற உணர்வு அறவே இல்லாத போதுதான் உண்மையான ஒத்துழைப்பு இருக்க முடியும். ஆசிரியர்களிடையே பரஸ்பர நம்பிக்கை இருக்குமேயானால், எந்த ஓர் இடர்பாட்டையும் தவறான புரிதலையும் வெறுமனே தள்ளிவைக்காமல், பிரச்சினையை நேரடியாக எதிர் கொண்டு, அதற்கான தீர்வையும் கண்டு, நம்பிக்கையை மீண்டும் அவர்களால் நிலைநாட்ட முடியும்.

ஆசிரியர்கள் தம் வாழ்க்கைத் தொழில் மற்றும் விருப்பம் பற்றி உறுதியான எண்ணம் கொண்டிராமல்

இருந்தால், அவர்களிடையே பொறாமையும் பகைமை யும் இருந்தே தீரும். அவர்கள் சக்தியை அற்பமான விவகாரங்களிலும் வீணான சச்சரவுகளிலும் செலவழிப் பார்கள். மாறாக, சரியான கல்வியைக் கொண்டுவர வேண்டும் என்ற தீவிர அக்கறை அவர்களிடம் இருக்குமானால், எரிச்சலூட்டும் விஷயங்களும் கருத்து வேற்றுமைகளும் வெகுவிரைவில் தீர்ந்துபோகும்; பூதாகரமாய் தெரிந்த கருத்து வேற்றுமைகள் மறையத் தொடங்கும். உரசலும் தனிப்பட்ட பகைமையும் அர்த்தமற்றது என்பதும் அவை அழிவிற்கே காரண மெனவும் தெரியவரும். எனவே கலந்துரையாடல்களும் விவாதங்களும் எது சரி என்பதைக் கண்டறிய உதவும்; யார் சரி என்பதாக விவாதம் இருப்பதில்லை.

ஒரு பொதுநோக்கிற்காக ஒன்றுபட்டு செயலாற்றுபவர்கள், தங்கள் மனவேறுபாடுகளையும் தப்பெண்ணங்களையும் பற்றி குழுமத்துடன் கலந்து பேசி விளக்கம் பெறவேண்டும். அவ்வாறு பேசுவதால், மனதிலிருக்கும் குழப்பம் தீரும். குறிக்கோளில் அக்கறை இருக்கும்போது, ஆசிரியர்களிடையே வெளிப்படைத் தன்மையும் தோழமையும் அவசியம் இருக்கும். அவர்களிடையே பகைமை தோன்றாது. ஆனால், குறிக் கோளில் அக்கறை இல்லாதபோது, தங்கள் மேன்மைக் காக மேலோட்டமாக அவர்கள் ஒத்துழைத்தாலும், பகைமையும் மோதலும் அவர்களிடையே இருக்கும்.

ஆசிரியர்களிடையே உரசல் ஏற்படுவதற்கான வேறு காரணங்களும் உண்டு. ஒரு ஆசிரியர் அதிக வேலைப் பளுவைச் சுமக்கக்கூடும், இன்னொருவருக்கு தனிப்பட்ட தொல்லைகளோ அல்லது குடும்பத்

தொல்லைகளோ இருக்கலாம், அல்லது, மற்றும் சிலருக்கு, தாம் செய்யும் வேலையில் ஈடுபாடில்லாமல் இருக்கலாம். நிச்சயம் இந்தப் பிரச்சினைகள் எல்லாமே ஆசிரியர்கள் கூட்டத்தில் பேசித் தீர்க்கப்படலாம். ஏனெனில் பரஸ்பர அக்கறைதான் ஒத்துழைப்புக்கு வழிகோலும். ஒரு சிலர் மட்டும் செயலாற்றிக் கொண்டும் மற்றவர்கள் ஒன்றும் செய்யாமல் வெறுமனே உட்கார்ந்திருக்கும்போது, அங்கு உயிரோட்டம் இருப்பதில்லை என்பது வெளிப்படை.

வேலையை சமமாகப் பிரித்துக் கொடுப்பதால், எல்லோருக்குமே சமமான ஓய்வு கிடைக்கும். ஒவ்வொருவருக்கும் ஓய்வுநேரம் தேவை. அளவுக்கு அதிகமான நேரம் உழைக்கும் ஆசிரியர் தனக்கு மட்டு மல்லாமல் மற்றவர்களுக்கும் பிரச்சினையாகிவிடுவார். ஒருவருக்குத் தாங்கமுடியாத பணிச்சுமை இருக்கும் போது, மேலும் அவர் தனக்கு விருப்பமில்லாத பணியைச் செய்யும்போது, அவருக்கு சோர்வும், சோம்பலும் ஏற்படுவது இயற்கையே. உடல் அல்லது மூளைரீதியான செயல்பாடு ஓயாமலிருந்து கொண்டிருக்கும்போது, இழந்த சக்தியை ஈடுசெய்து மீண்டும் வலுப்பெறுதல் என்பது சாத்தியப்படாது. ஆனாலும், ஓய்வுநேரம் சம்பந்தப்பட்ட விஷயத்தை நட்பான முறையில் பேசி எல்லோரும் ஏற்றுக் கொள்ளும்படியான தீர்வைக் காணமுடியும்.

ஓய்வு என்பது மனிதனுக்கு மனிதன் வேறுபடு கிறது. வேலையில் மிகுந்த ஈடுபாடு கொண்டிருப்ப வர்களுக்கு, அந்த வேலையே ஓய்வாக இருக்கிறது. படிப்பது போன்ற விருப்பமான செயல்பாடு,

ஒருவகையான ஓய்வு நேரமாகும். செயல்பாடு களிலிருந்து தம்மை விடுவித்துக் கொண்டு, தனிமையில் இருப்பது ஒரு சிலருக்கு ஓய்வுநேரம்.

குறிப்பிட்ட அளவிற்கு நேரத்தைத் தனக்காக ஒதுக்கி வைத்துக்கொள்ள ஒரு கல்வியாளர் எண்ணி னால், அவர், தன்னால் சுலபமாகச் சமாளிக்கக்கூடிய ஒரு குறிப்பிட்ட எண்ணிக்கை மாணவர்களுக்கு மட்டுமே பொறுப்புள்ளவராக இருக்கவேண்டும். அதிக எண்ணிக்கையில் சமாளிக்க முடியாத வகையில் மாணவர் எண்ணிக்கை இருந்தால், ஆசிரியரின் வேலைப்பளு அதிகரித்து, ஆசிரியர்-மாணவர் உறவில் நேரடித்தன்மையும் உயிர்த் துடிப்பும் இருப்பது சாத்தியமற்றுப் போகிறது.

பள்ளிகளை சிறியதாக வைத்துக்கொள்வதற்கான மற்றொரு காரணமும் உண்டு. வகுப்பில் குறிப்பிட்ட எண்ணிக்கையில் மட்டுமே மாணவர்கள் இருக்க வேண்டும் என்பது ஏற்றுக்கொள்ளப்பட்ட விஷயம். ஏனெனில் அப்போதுதான் ஆசிரியரானவர் ஒவ்வொரு மாணவனிடமும் தன் முழு கவனத்தையும் செலுத்த முடியும். வகுப்பில் அதிக எண்ணிக்கையில் மாணவர் கள் இருந்தால் அவரால் ஒவ்வொருவரிடமும் கவனம் செலுத்த இயலாது. அதனால் வகுப்பில் ஒழுங்கை நடைமுறைப்படுத்த சுலபமான வழியாக தண்டனை யும் வெகுமதி அளிப்பதும் கையாளப்படுகிறது.

பெருங்கூட்டத்திற்கு ஒரே நேரத்தில் சரியான கல்வி அளிப்பது என்பது இயலாத காரியம். குழந்தை யின் தனிப்பட்ட குணத்தை கண்டறிய பொறுமை, விழிப்புணர்வு மற்றும் புத்திசாலித்தனம் தேவைப்

படுகிறது. குழந்தையின் சுபாவம், விருப்புவெறுப்புகள், மனோபாவம் ஆகியவற்றைக் கூர்ந்து கவனிக்கவும், குழந்தையின் கஷ்டங்களைப் புரிந்துகொள்ளவும், குழந்தையிடமுள்ள பரம்பரை வழி பாதிப்பு மற்றும் பெற்றோர்களின் பாதிப்பை, கணிப்பில் எடுத்துக் கொள்ளவும், அவனை ஒரு குறிப்பிட்ட வகையைச் சேர்ந்தவன் என்று வெறுமனே கருதாமல், அவனைப் புரிந்து கொள்ளவும் ஆசிரியருக்கு துரிதமாகவும் இணக்கத்துடனும் செயல்படும் மனம் தேவை; கொள்கைகளாலோ பாரபட்சங்களாலோ தடை செய்யப்படாத மனதோடு, திறமை, ஆழமான அக்கறை, இவை எல்லாவற்றிற்கும் மேலாக அன்பான உணர்வு கொண்ட மனதோடு, குழந்தையைப் புரிந்து கொள்ள வேண்டும். எனவே இன்றைய மிகப்பெரிய பிரச்சினைகளில் ஒன்று மேலே சொல்லப்பட்ட தன்மைகளைக் கொண்ட கல்வியாளர்களை உருவாக்குவதுதான்.

தனிமனிதச் சுதந்திரம் மற்றும் மெய்யுணர்வின் மணம் எல்லா காலங்களிலும் பள்ளி முழுவதும் நீக்கமற நிறைந்து இருக்க வேண்டும். இது தானாக நிகழ்ந்து விடும் என்று நாம் வாளாயிருந்துவிடக்கூடாது; 'சுதந்திரம்', 'மெய்யுணர்வு' போன்ற சொற்களை சமயங்களில் வெற்று வார்த்தைகளாகச் சொல்வதில் சிறிதளவும் பயனில்லை.

எனவே பள்ளியின் நலன் மற்றும் பள்ளியில் இருப்பவர்களின் நலன் சம்பந்தமான எல்லா விவகாரங் களையும் மாணவர்களும் ஆசிரியர்களும் முறையாக அவ்வப்போது கூடி விவாதிக்க வேண்டும். மாணவர்

ஆலோசனை குழு ஒன்று அமைத்திட வேண்டும். இதில் ஆசிரியர்களின் பிரதிநிதிகள் இருக்க வேண்டும்; இந்தக் குழுவானது ஒழுக்கம், கட்டுப்பாடு, துப்புரவு, உணவு மற்றும் இன்னபிற பிரச்சினைகள் பற்றி பேசி தீர்வு காணவேண்டும். மேலும், இந்தக் குழு, தன் விருப்பப்படி நடந்துகொண்டு, அக்கறை இல்லாமல் பிடிவாதமாக இருக்கும் மாணவருக்கு நல்வழி காட்டி உதவிடலாம்.

எடுத்த முடிவுகளை செயல்படுத்துவதற்கும் பொது கண்காணிப்புக்கு உதவும்படியாகவும் இருக்க, பொறுப்பானவர்களை, மாணவர்களே தங்களில் ஒருவரைத் தேர்ந்தெடுக்க வேண்டும். பள்ளியில் சுயாட்சி என்பது பிற்கால வாழ்க்கையில் சுயாட்சிக்கான ஒரு முன்னேற்பாடாகும். பிறர் நலனையும் கருத்திற்கொண்டு, உணர்ச்சிகளுக்கு இடம் அளிக்காமல் நடுநிலையோடு தன் அன்றாடப் பிரச்சினைகள் சம்பந்தமான விவாதத்தில் மாணவன் மெய்யுணர்வோடு கலந்துகொள்வதற்கு, பள்ளியில் கற்றுக்கொண்டானென்றால், அவன் வளர்ந்து பெரியவனாகும்போது, வாழ்க்கையின் மிகச் சிக்கலான சோதனைகளை உணர்ச்சிவயப்படாமலும் உறுதியாகவும் சமாளிக்கும் ஆற்றலுடையவனாயிருப்பான். பள்ளியானது, மாணவர்களை அடுத்தவரின் இடர்பாடுகளையும் சுபாவத்தையும் மனோபாவங்களையும், நடத்தைகளையும் புரிந்துகொள்ளும்படிக்கு ஊக்குவிக்க வேண்டும்; ஏனெனில் அப்போதுதான் அவர்கள் வாழ்க்கையில், மற்றவர்களுடன் கொண்டிருக்கும் உறவுகளில், மேலும் பொறுமையாகவும் அனுசரணையுடனும் நடந்துகொள்வார்கள்.

சுதந்திரம் மற்றும் மெய்யுணர்வுச் சூழல் மாணவரின் கல்வியிலும் காணப்பட வேண்டும். அவன் ஆக்கப்பூர்வமான - வெறும் தானியங்கும் இயந்திரமாக இல்லாமல் இருக்க வேண்டுமெனில் - மாணவனை சூத்திரங்களையும் முடிவுகளையும் ஏற்றுக்கொள்ளும் படி ஊக்குவிக்கக்கூடாது. விஞ்ஞானப் படிப்பிலும்கூட அவனுடன் காரணகாரிய விளக்கத்துடன் விவாதிக்க வேண்டும். பிரச்சினைகளை அதன் முழுவீச்சில் பார்ப்ப தற்கும் அதற்கான முடிவை அவனே எடுப்பதற்கும் ஆசிரியர்கள் உதவவேண்டும்.

'வழிகாட்டுதல்' பற்றி பார்ப்போம். எந்தவிதமான தொரு வழிகாட்டுதலும் இருக்கக்கூடாதா என்ன? இந்த வினாவிற்கான விடை, 'வழிகாட்டுதல்' என்ப தற்கு தரப்படும் அர்த்தத்தைப் பொறுத்திருக்கிறது. ஆசிரியர்கள், தம் மனத்திலிருந்து அச்சத்தையும் அதிகாரம் செலுத்த வேண்டும் என்ற விருப்பத்தையும் ஒதுக்கித் தள்ளி விட்டார்கள் என்றால், பின்பு அவர்கள், மாணவர்கள் படைப்பாற்றலுடன் கூடிய புரிதலையும் சுதந்திரத்தையும் பெற அவர்களை வழிநடத்தலாம். ஆனால், தெரிந்தோ அல்லது தெரியாமலோ ஒரு குறிப்பிட்ட இலக்கை நோக்கி மாணவனை வழி நடத்திச் செல்லவேண்டும் என்ற விருப்பம் ஆசிரி யருக்கு இருந்தால், மாணவனின் வளர்ச்சிக்கு அவர் இடையூறாக - தடையாக இருக்கிறார் என்பது தெளிவாய் தெரிகிறது. தன்னால் தெரிவு செய்யப்பட்ட இலக்கோ அல்லது மற்றவரால் திணிக்கப்பட்ட இலக்கோ, இலக்கின் வகை எதுவாயினும், இலக்கை நோக்கிச் செல்வதற்கான

பள்ளிக்கூடம்

வழிகாட்டுதல், ஒருவரின் படைப்பாற்றலுக்கு ஊறுவிளைவிக்கிறது.

கல்வியாளர் தன் சொந்த அபிப்பிராயங்களைப் பற்றி அக்கறை கொள்ளாமல் தனிமனித சுதந்திரத்தில் அக்கறை கொண்டிருப்பின், சுதந்திரத்தைக் கண்டு பிடிக்க மாணவருக்கு அவர் உதவுவார். எவ்வாறெனில், மாணவன் தன் சூழலை, தன் மனோபாவத்தை, தன் மதத்தை மற்றும் குடும்பப் பின்னணியைப் புரிந்து கொள்வதோடல்லாமல், இவையெல்லாம் தன் மேல் ஏற்படுத்தக்கூடிய பாதிப்புகளையும் புரிந்துகொள்ள ஆசிரியர் உதவுவதால், மாணவர் தளைபடாமல் சுதந்திரமாக இருக்கமுடியும். ஆசிரியர்களிடம் அன்பும் மற்றும் சுதந்திரமும் இருக்குமேயானால், ஒவ்வொரு மாணவனுடைய தேவைகளையும் இடர்பாடுகளையும் தம் மனத்தில் கொண்டு, அவனை அவர்கள் அணுகு வார்கள்; அப்போது அவர்கள், நெறிமுறைகள் மற்றும் சூத்திரங்களுக்கு ஏற்ப நடக்கும் வெறும் தானியங்கி இயந்திரங்களாக இருக்கமாட்டார்கள், மாறாக, எப்போதும் விழிப்புடனும் கவனத்துடன் இருக்கும் யதார்த்தமான மனிதர்களாக இருப்பார்கள்.

தாங்கள் எதில் மிகுந்த ஆர்வம் கொண்டிருக்கி றோம் என்பதைக் கண்டறிய, சரியான கல்வியானது மாணவர்களுக்கு உதவும். எதில் தன் வாழ்க்கைக்கான உண்மையான தொழில் இருக்கிறது என்பதை அவன் கண்டறியாவிடில், அவன் வாழ்க்கை முழுவதுமே வீணானதாய் தோன்றும். தான் செய்ய விரும்பாத செயலைச் செய்வதால், அவன் விரக்தி அடைந்து போவான். கலைஞனாக இருக்க விரும்பியவன், ஏதோ

ஓர் அலுவலகத்தில் குமாஸ்தாவாக வேலை செய்ய நேரிடும்போது, தன் வாழ்நாளை ஏக்கத்தில் முனகியே காலங்கழிப்பான். எனவே, ஒவ்வொருவரும் தனக்கு விருப்பமான வாழ்க்கைத் தொழிலை கண்டுபிடித்தாக வேண்டும். பின்பு அது செய்யத் தகுந்ததா என்பதைக் காண வேண்டும். இராணுவத்தில் சேர ஒரு மாணவன் ஆசைப்படலாம். சேருவதற்கு முன், இராணுவப் பணியானது, மனிதகுலம் முழுவதற்கும் நல்லதைச் செய்யுமா என்பதை அவன் கண்டுபிடிக்க, சரியான கல்வி அவனுக்கு உதவிட வேண்டும்.

சரியான கல்வி, மாணவனுக்கு அவன் திறன்களை வளர்த்துக் கொள்வது மட்டுமல்லாமல், தனக்கு எதில் மிகுந்த ஆர்வமும் ஈடுபாடும் உள்ளது என்பதைப் புரிந்துகொள்ள உதவி செய்ய வேண்டும். போர்கள், அழிவு, பெருந்துயரம் ஆகியவற்றால் சின்னா பின்னமாகிக் கிடக்கும் இவ்வுலகத்தில், ஒரு புதிய சமுதாயத்தையும், வேறுபாடான வாழ்க்கை முறையையும் சமைக்க ஒருவன் ஆற்றல் கொண்டிருக்க வேண்டும்.

ஓர் அமைதியான, அறிவுத் தெளிவுடைய சமுதாயத்தை உருவாக்கும் தலையாய பொறுப்பு கல்வியாளரிடம்தான் இருக்கிறது. அத்தகைய சமுதாய மாற்றம் ஏற்பட உதவி புரிவதற்கு மிகப்பெரிய வாய்ப்பு கல்வியாளர்களுக்கு இருக்கிறது என்பது வெளிப்படை. இப்பெரும் பொறுப்பைப் பற்றி உணர்ச்சிவயப் படாமல், அவர்கள் செயல்பட வேண்டும். சரியான கல்வியானது, அரசாங்கத்தின் கட்டுப்படுத்தும் விதி முறைகளையோ அல்லது ஒரு குறிப்பிட்ட நெறி களையோ சார்ந்தது இல்லை; அது நம் கைகளிலேயே

இருக்கிறது; பெற்றோர்கள் மற்றும் ஆசிரியர்களின் கைகளிலே இருக்கிறது.

பெற்றோர்கள் தம் குழந்தைகளைப் பற்றி உண்மையாகவே அக்கறை கொண்டிருப்பார்களானால், அவர்கள் ஒரு புதிய சமுதாயத்தை அமைப்பார்கள். ஆனால், அடிப்படையில் அவர்களில் பெரும்பாலோருக்கு அக்கறை இல்லை. அவர்களுக்கு, உடனடியாக தீர்க்கப்பட வேண்டிய இந்தப் பிரச்சினைக்குத் தீர்வுகாண நேரமே இல்லை. அவர்களுக்கு பணம் ஈட்டுவதற்கும், கேளிக்கைகளுக்கும், சடங்குகளுக்கும், வழிபாட்டுக்கும்தான் நேரம் இருக்கிறது. ஆனால், தம் குழந்தைக்கு சரியான கல்வி எது என்பதை சிந்திக்க நேரமே இல்லை. இந்த உண்மையை எதிர்கொள்ள பெரும்பாலோர் விருப்பப்படவில்லை. இப் பிரச்சினையைப் பற்றி சிந்திக்கத் தொடங்கினால், அவர்கள் தங்கள் கொண்டாட்டங்களையும் பொழுது போக்குகளையும் விட வேண்டியதாயிருக்கும்; அவைகளை விட்டுவிட அவர்கள் தயாராயில்லை. எனவே அவர்கள் தம் பிள்ளைகளை பள்ளிகளுக்கு அனுப்பி விடுகிறார்கள்; பள்ளி ஆசிரியர்களோ, பெற்றோர்களைப் போலவே, மாணவர்கள்மீது அக்கறை காட்டுவது கிடையாது. ஆசிரியர் ஏன் அக்கறை கொள்ள வேண்டும்? பாடம் கற்பிப்பது என்பது அவருக்கு ஒரு தொழில், பணம் சம்பாதிப்பதற்கான ஒரு வழி, அவ்வளவுதான்.

நாம் படைத்திருக்கும் இந்த உலகம் மிகவும் மேலோட்டமானது, மிகவும் செயற்கையானது, மிகவும் அவலட்சணமானதாக இருக்கிறது. இந்த அவலத்தை

நாம் திரையிட்டு மறைக்கிறோம்; ஒருநாள், அனைத்தும் சரியாகிவிடும் என்ற நம்பிக்கையில் திரையை அலங்கரிக்கிறோம். துரதிருஷ்டவசமாக, பணம் ஈட்டுவதிலும், அதிகாரத்தைக் கைப்பற்றுவதிலும், சிற்றின்பத்தை நாடுவதிலும் அக்கறையுள்ளவர்களாக இருக்கிறார்களே தவிர, பெரும்பாலான மனிதர்கள் செவ்விய வாழ்க்கை வாழ்வதில் மிகுந்த அக்கறை கொண்டிருக்கவில்லை. அவர்கள் வாழ்க்கையின் சிக்கல்களை சந்திக்க விரும்பவில்லை. அதனால்தான் அவர்கள் பிள்ளைகளும், தம் பெற்றோர்களைப் போலவே, அறிவுமுதிர்ச்சி இல்லாமலும், முழுமையடையாமலும் இருக்கிறார்கள்; எப்போதும் தமக்குள்ளேயும் உலகத்தோடும் சண்டை போட்டுக் கொண்டே இருக்கிறார்கள்.

நம் குழந்தைகளின் மேல் அன்பு செலுத்துகிறோம் என எளிதாக நாம் சொல்லிவிடுகிறோம். இப்போதைய சமுதாய அமைப்பை ஏற்றுக்கொண்டு, அழிவை விளைவித்துக் கொண்டிருக்கும் இந்தச் சமுதாயத்தில் அடிப்படையான மாற்றத்தைக் கொண்டு வராமல் நாம் இருக்கும்போது, நம் இதயங்களில் அன்பு இருக்கிறதா என்ன? தனித்துறை வல்லுநர்கள் நம் குழந்தைகளுக்கு பாடம் கற்பிக்கும் வரை, இந்தக் குழப்பமும், பெருந் துயரமும், தொடர்ந்து கொண்டிருக்கும். ஏனெனில் வல்லுநர்களே பூரணத்துவம் பெற்றிருக்கவில்லை - வல்லுநர்கள், பகுதியில்தான் அக்கறை கொண்டுள்ளனரே தவிர, முழுமையில் அக்கறை கொண்டிருக்கவில்லை.

மிகவும் மதிக்கப்படுகின்ற பொறுப்புள்ள வேலை என்பதற்குப் பதிலாக, ஆசிரியத் தொழில், இப்போது சிறிதே மரியாதைக் குறைவாக கருதப்படுகிறது.

பெரும்பாலான கல்வியாளர்கள் இயந்திரத்தனமாக செயல்படுகிறார்கள். தகவலை அறிவிப்பதில்தான் கவனம் உள்ளதேயன்றி அவர்களுக்கு முழுமையாக்கலிலும் மெய்யுணர்விலும் அக்கறை இல்லை. தன்னைச் சுற்றியிருக்கும் உலகம் நொறுங்கிக் கொண்டிருக்கும்போது, வெறும் தகவல் அளிப்பவனாக இருப்பவன், கல்வியாளன் அல்ல.

தகவலை மட்டுமே அளிப்பவர் ஒரு கல்வியாளர் அல்ல. விவேகத்தையும் சத்தியத்தையும் அடைய வழிகாட்டுபவராக இருப்பவரே கல்வியாளர் ஆவார். சத்தியம், ஆசிரியரைவிட மிகமிக முக்கியமானது. சத்தியத்திற்கான தேடுதலே மதமாகும். சத்தியம், எந்தவொரு நாட்டையோ, எந்தவொரு நம்பிக்கையையோ சார்ந்ததல்ல; எந்தவொரு கோயிலிலோ, தேவாலயத்திலோ, மசூதியிலோ அதைக் கண்டுபிடிக்க முடியாது. உண்மைக்கான தேடுதல் கொண்டிருக்காவிட்டால், சமுதாயம், சீக்கிரமே அழிந்து போகும். ஒரு புதிய சமுதாயத்தை சமைக்க வேண்டுமானால், நாம் ஒவ்வொருவரும் உண்மையான ஆசிரியனாக இருத்தல் வேண்டும். அதாவது, நாமே நமக்கு மாணவனாகவும் ஆசானாகவும் இருந்து கற்றுக்கொள்ள வேண்டும்.

ஒரு புதிய சமுதாயத்தை நிறுவும்போது, அதன் கட்டமைப்பில் சம்பளத்திற்காக ஆசிரியப் பணிக்கு வருபவர்களுக்கு இடம் கிடையாது என்பது தெளிவு. கல்வியை பிழைப்புக்கான ஒரு வழி என்று கருதுவது ஒருவன் தன்னலத்திற்காக குழந்தைகளைப் பயன்படுத்திக் கொள்ளும் சுரண்டலாகும். உன்னத சமுதாயம், ஆசிரியர்களின் பொருளாதாரத் தேவை

களைத்தானே பூர்த்தி செய்யும். அத்தகைய சமுதாயத்தில், ஆசிரியர்கள் தம் சொந்த நலன்களுக்காகப் பாடுபட மாட்டார்கள்.

பிரமிக்கத்தக்க கல்விக்கூடத்தை நிறுவிய வராகவோ, அரசியல்வாதிகளின் கைப்பாவையாக செயல்படுபவராகவோ, இலட்சியம், நம்பிக்கை, தேசப்பற்று போன்றவைகளால் தளைப்பட்ட வராகவோ, ஆதர்ச ஆசிரியர் இருப்பதில்லை. உண்மையான ஆசிரியர் அகத்தளவில் செல்வந்தர். அதனால் தனக்காக அவர் எதையுமே வேண்டிக் கேட்பதில்லை. அவர் பேராசைக்காரரோ, அதிகாரத்தைப் பிடிக்க எண்ணுபவரோ அல்ல. உயர்ந்த இடத்தை அல்லது அதிகாரத்தைப் பிடித்துக் கொள்வதற்கான வழியாக ஆசிரியப் பணியை பயன்படுத்தாதவர்; அதனால் சமுதாயத்தின் நிர்ப்பந்தங்களோ, அரசாங்கங்களின் கட்டுப்பாடுகளோ, அவரைக் கட்டுப்படுத்துவதில்லை. அறிவார்ந்த நாகரீகத்தில் இத்தகைய ஆசிரியர்களுக்கு முதலிடம் உண்டு; உண்மையான பண்பாடு, பொறியாளர்கள் மற்றும் தொழில்நுட்ப கலைஞர்களை அடிப்படையாகக் கொண்டு அமைவதில்லை. அறிவார்ந்த நாகரீகத்தின் அடித்தளமாக அமைபவர்கள் கல்வியாளர்களே.

□□□

6

பெற்றோர்களும், ஆசிரியர்களும்

சரியான கல்வி, கல்வியாளர்களிடமிருந்துதான் தொடங்குகிறது. கல்வியாளர் தன்னைப் புரிந்து கொள்வதோடல்லாமல், நிலைநிறுத்தப்பட்ட சிந்தனை முன்மாதிரிகளிடமிருந்து விடுபட்டு இருக்க வேண்டியது அவசியம். ஏனெனில், அவர் அளிக்கக்கூடிய கல்வி, அவரின் தரத்தைச் சார்ந்தே இருக்கும். அவருக்கு சரியான கல்வி கிடைக்கப் பெறாமலிருந்தால், அவர் தான் பெற்ற இயந்திரத்தனமான தகவல் அறிவை மட்டும்தானே போதிக்க முடியும்? எனவே பிரச்சினையாக இருப்பது மாணவன் அல்ல; மாறாக, பெற்றோரும் ஆசிரியரும்தான். சரியான ஆசிரியராய் பணிபுரிய, ஆசிரியரைத் தயார்படுத்துவதுதான் மிகப்பெரிய பிரச்சினையாய் உள்ளது.

கல்வியாளர்களாகிய நாமே நம்மைப் புரிந்து கொள்ளாமலும், நாம் மாணவருடன் கொண்டிருக்கும்

உறவை புரிந்துகொள்ளாமலும் வெறும் தகவல் அறிவை மட்டுமே மாணவன்மேல் திணித்து பரீட்சைகளில் வெற்றியடையச் செய்வது மட்டுமே நம் குறிக் கோளாகக் கொண்டிருந்தால், புதிய சரியான கல்வியை நாம் எவ்வாறு கொண்டு வரமுடியும்? மாணவன் வழிகாட்டுதலையும் உதவியையும் வேண்டுகிறார்; ஆனால் வழிகாட்டுபவரும், உதவி செய்பவருமான ஆசிரியர், குழப்பமும் குறுகிய மனப்பான்மையும், நாட்டு வெறியும், தத்துவ விளக்கங்களால் நிரப்பப் பட்டும் இருந்தால் அவருடைய மாணவனும் அவரைப் போலவே வளர்கிறார். எனவே, கல்வியானது மேலும் குழப்பத்திற்கும் சச்சரவுக்கும் மூலகாரணமாய் அமைந்துவிடுகிறது.

இந்த உண்மையை நோக்கும்போது, நமக்கு நாமே சரியான முறையில் போதித்துக் கொள்வது எவ்வளவு முக்கியம் என்பதை உணர்வோம். குழந்தையின் எதிர்கால நன்மைக்கும் பாதுகாப்பிற்கும் நாம் கவலைப்படுவதை விட நமக்கு நாமே புதிதாகக் கற்றுக்கொள்வதில் (re-education) அக்கறை செலுத்து வதுதான் மிகமிக அவசியமானதாகும்.

கல்வியாளனுக்கு கற்பிப்பது - அதாவது அவர் தன்னை புரிந்துகொள்ளும்படி செய்வது மிகவும் கடினமான வேலைகளில் ஒன்றாகும். ஏனென்றால் நம்மில் பெரும்பாலோர் ஏற்கெனவே ஒரு சிந்தனை முறையில் அல்லது ஒரு செயல்பாட்டு வழிமுறையில் படிகமாகி உறுதிப்பட்டு இருக்கிறோம். நாம் ஏற்கெனவே ஏதோவொரு சித்தாந்தத்திற்கு, ஒரு

மதத்திற்கு அல்லது நிர்ணயிக்கப் பட்ட ஒரு குறிப்பிட்ட ஒழுங்குமுறைக்கு நம்மை அர்ப்பணித்துவிட்டோம். இதனால்தான், நாம், குழந்தை எதைச் சிந்திக்க வேண்டும் என கற்றுத்தருகிறோமேயன்றி எப்படிச் சிந்திப்பது என்பதை அவர்களுக்குச் சொல்லித் தருவதில்லை.

இதற்கும் மேலாக, பெற்றோர்களும் ஆசிரியர்களும் தத்தம் சொந்த சச்சரவுகளிலும் துயரங்களிலும் உழன்று கொண்டிருக்கிறார்கள். ஏழையோ பணக்காரரோ எந்நிலையில் இருந்தாலும், பெற்றோர்கள் தம் சொந்தக் கவலைகளிலும், சோதனைகளிலும் மூழ்கிக் கிடக்கிறார்கள். அவர்கள் இன்றைய படுமோசமான சமூக மற்றும் அறசீரழிவுகளைப்பற்றி கிஞ்சித்தும் அக்கறை கொண்டிருக்கவில்லை. ஆனால், அவர்களின் ஒரே விருப்பம் என்னவெனில் தம் குழந்தைகள் இந்த உலகத்தில் எப்படியாவது வாழ்வதற்கு அவர்களை ஆயத்தப்படுத்த வேண்டும் என்பதாகும். அவர்கள் தம் குழந்தைகளின் எதிர்காலத்தைப் பற்றி மிகவும் கவலை கொண்டிருக்கிறார்கள். பாதுகாப்பான உயர் பதவியைப் பெறவும் நல்லவிதமாக மணம் புரிந்து கொண்டு வாழவும் குழந்தைகளுக்கு படிப்பு அவசியம் என்றுணர்ந்து அவர்களைப் படிக்க வைப்பதில் மிகுந்த ஆவல் கொண்டிருக்கிறார்கள்.

பெற்றோர்கள் அவர்கள் குழந்தைகளிடம் அன்பு கொண்டுள்ளவர்கள் என்ற பொதுவான நம்பிக்கைக்கு மாறாக, தங்கள் குழந்தைகளிடம் அன்பைப் பொழிகிறோம் என்று அவர்கள் சொன்னாலும், பெரும்

பாலான பெற்றோர்கள் தம் குழந்தைகளிடம் அன்பு கொண்டிருக்க வில்லை. அவர்கள் உண்மையிலேயே தம் குழந்தைகளிடம் அன்பு கொண்டிருப்பார்களானால், உலக நன்மையைக் கருதாமல், தன் குடும்பமும் தாய்நாடும் முக்கியமென்ற குறுகிய மனப்பான்மையை வலியுறுத்தமாட்டார்கள். இக்குறுகிய மனப்பான்மை தான் மனிதர்களிடையே சமூக பாகுபாட்டையும் இனப்பிரிவுகளையும் உண்டாக்குகிறது. இதனால் போரும் பட்டினியும் விளைகின்றன. வழக்குரைஞர் களாகவோ மருத்துவர்களாகவோ ஆவதற்கு கடுமையான பயிற்சி அளிக்கப்படுகிறது. ஆனால், பெற்றோர் களாவதற்கு எந்தவிதமான பயிற்சியும் அளிக்கப்படுவதில்லை. குழந்தையை நல்லமுறையில் வளர்த்தல் என்ற முக்கியமான வேலைக்கு தம்மை தகுதியாக்கிக் கொள்வதற்கான பயிற்சி எதுவும் பெற்றோர்களுக்கு அளிக்கப்படுவதில்லை. இது உண்மையிலேயே வியப்புக்குரியதாக உள்ளது.

இதற்கும் மேலாக, குடும்பம் என்ற அமைப்பு, பிறரிடமிருந்து பிரித்துக் கொள்ளும் போக்கினால், தனியாக பிரிந்திருக்கும் செயல்பாட்டு வழிமுறைக்கு ஊக்கமளிக்கிறது. தனிப்பட்டிருக்கும் நிலை, சமூகத்தின் சீர்கேட்டிற்கு காரணமாகிறது. தனிமையின் சுவர்கள், அன்பும் புரிதலும் இருக்கும்போது மட்டுமே தகர்க்கப்படுகிறது; அதன் பின்பு குடும்பம் ஒரு குறுகிய வட்டமாக இருக்காது; அது சிறையாகவோ அல்லது புகலிடமாகவோ இருக்காது; அப்போது பெற்றோர்கள்

தம் குழந்தைகளோடு மட்டுமல்லாமல் தம் அண்டை வீட்டுக் குழந்தைகளுடனும் கூடி கலந்து பேசுவார்கள்.

தம் சொந்தப் பிரச்சினைகளில் மூழ்கிக் கிடக்கும் பெற்றோர்கள் பெரும்பாலோர், தம் குழந்தைகளின் நலத்திற்கான பொறுப்பை ஆசிரியர்களிடம் கொடுத்து விடுகிறார்கள். நிலைமை அவ்வாறிருக்கும் போது ஆசிரியர், பெற்றோர்களுக்கும் சொல்லித் தரவேண்டியுள்ளது.

உலகத்தின் குழப்பமான நிலைமை, அவர்களின் தனிப்பட்ட குழப்பங்களுக்கான கண்ணாடிபோல பிரதிபலிக்கிறது என்பதை பெற்றோர்களுக்கு ஆசிரியர் விளக்க வேண்டும். விஞ்ஞான முன்னேற்றத்தால் மட்டும் விழுமியங்களில் அடிப்படையான மாற்றத்தைக் கொண்டு வரமுடியாது என்பதையும், கல்வி என்று அழைக்கப்படும் தொழில்நுட்ப பயிற்சி, மனிதனுக்கு சுதந்திரத்தையோ மகிழ்ச்சியையோ அளிப்பதில்லை என்பதையும், மாணவனை இன்று இருக்கும் சூழலை ஏற்றுக்கொள்ளும்படி கட்டுப்படுத்துவது மெய்யுணர்வுக்கு சாதகமாக இல்லை என்பதையும், ஆசிரியர், பெற்றோர்களுக்குப் போதிக்க வேண்டும். குழந்தைகளின் உயர்விற்கு என்ன செய்ய முயற்சிக்கிறார் என்பதையும் எவ்வழியில் செய்வதாக இருக்கிறார் என்பதையும், ஆசிரியர், பெற்றோரிடம் சொல்லியாக வேண்டும். வல்லுநர்கள் அதிகாரத்துடன் சாதாரண மனிதர்களை நடத்துவதைப் போலல்லாமல், குழந்தையின் மனோபாவம், இடர்பாடுகள்,

நாட்டங்கள் ஆகியவற்றை, ஆசிரியர் பெற்றோர்களுடன் பேசி அவர்களின் நம்பிக்கையைப் பெற வேண்டும்.

ஆசிரியர், மாணவருக்குரிய இடத்தையளித்து, அவர்மேல் உண்மையான அக்கறை காட்டினால், பெற்றோர்கள் அவரிடம் நிச்சயம் நம்பிக்கைக் கொள்வார்கள். இந்த ஆக்கமுறையில், ஆசிரியரானவர், பெற்றோர்களுக்கு கற்பித்துக் கொடுக்கும்போது, தானும் பதிலுக்கு கற்றுக் கொள்கிறார். பொறுமை, அன்பு, மற்றும் பரிவின் பகிர்ந்தளிப்பே சரியான கல்வி. அறிவார்ந்த சமுதாயத்தின் சிறந்த ஆசிரியர்கள், குழந்தைகளை எப்படி வளர்க்க வேண்டும் என்ற பிரச்சினைக்கு தீர்வு காணமுடியும்; அப்படி காணப் பட்ட தீர்வினை சோதனை அடிப்படையில் சிறிய அளவில் விருப்பமுள்ள ஆசிரியர்களும் அக்கறையுள்ள பெற்றோரும் பள்ளியில் கடைப்பிடித்து பார்க்க வேண்டும்.

பெற்றோர்கள் எப்போதாவது தங்களுக்குக் குழந்தைகள் எதற்கு என்று தங்களிடமே கேட்டிருக் கிறார்களா? அவர்கள் பெயரை தலைமுறை தலை முறையாக நிலைநிறுத்தவும், அவர்கள் சொத்தை சுவீகரிக்கவுமா குழந்தைகள்? தம் இன்பத்திற்காகவே அவர்களுக்குக் குழந்தை வேண்டுமா? தம் உணர்வு தேவைகளை பூர்த்தி செய்யவா? அப்படியென்றால், குழந்தைகள் அவர்தம் பெற்றோர்களின் விருப்பங்கள் மற்றும் அச்சங்களின் புறவெளிப்பாடு மட்டும்தான்.

பெற்றோர்களும், ஆசிரியர்களும்

பெற்றோர்கள் தம் குழந்தைகளைத் தவறாக வளர்ப்பதனால், குழந்தைகள், பொறாமை, பகைமை, பேராசையோடு வளர்கிறார்கள். இந்நிலையில் பெற்றோர்கள், தம் குழந்தைகளிடம் அன்பு கொண்டிருப்பதாக எப்படி பாராட்டிக் கொள்ள முடியும்? மதங்களின் பெயராலும் கொள்கைகளின் பெயராலும் மனிதர்களிடையே பகைமையை வளர்த்து, போர், அழிவு, பெருந்துயரத்தைக் கொணரும் தேசிய, இன வெறுப்புணர்ச்சியை குழந்தையிடம் பெற்றோர்கள் தூண்டிவிடுவது அன்பாகுமா?

தவறான கல்வியை அளிப்பதோடல்லாமல், தம் வாழ்க்கையை தவறான முன்உதாரணமாய் அவர்கள் நடத்திச் செல்வதாலும், சச்சரவையும் துயரத்தையும் கொண்டுவரும் வழிகளில் செல்வதற்கு குழந்தையைப் பெரும்பாலான பெற்றோர்கள் ஊக்குவிக்கிறார்கள். பின்பு, குழந்தை பெரியவனாக வளர்ந்து துயரப்படும் போது, அவர்கள் அவனுக்காக கடவுளிடம் பிரார்த்தனை செய்கிறார்கள், அல்லது அவனுடைய தவறான நடத்தைக்கு நொண்டிச் சமாதானம் சொல்கிறார்கள். தம் குழந்தைக்காக பெற்றோர்கள் படும் துயரம் இருக்கிறதே அது ஒருவிதமான தன்னிரக்க மாகும். தன்னிரக்கம் உண்மையான அன்பு இல்லாதபோது மட்டுமே இருக்கும்.

பெற்றோர்கள் தம் குழந்தைகளிடம் அன்பு கொண்டிருந்தால், அவர்கள் தேசிய உணர்வு கொண்டிருக்க மாட்டார்கள்; தாய்நாட்டை வழிபடு வதினால் அயல்நாட்டுடன் போர் வருகிறது, போரில்

தம் குழந்தைகள் கொல்லப்படுகிறார்கள் அல்லது உடல் ஊனப்படுத்தப்படுகிறார்கள் என்பதால் அவர்கள் எந்த ஒரு நாட்டோடும் தம்மை அடையாளப்படுத்திக் கொள்ள மாட்டார்கள். பெற்றோர்கள் தம் குழந்தைகளிடம் அன்பு கொண்டிருந்தால், நிலபுலன், வீடு, பணம் என அவர்கள் சேர்த்து வைத்திருக்கும் சொத்துகளின் மீதான பற்றுதல் எவ்வாறிருக்க வேண்டும் என்பதை அவர்கள் கண்டுபிடிப்பார்கள். ஏனெனில், தன்னுடையது என்ற உணர்ச்சி, உடைமை களுக்கு தவறான மாபெரும் முக்கியத்துவத்தைக் கொடுத்து அழிவிற்கு வழிகோலுகிறது. பெற்றோர்கள் தம் குழந்தைகளிடம் அன்பு கொண்டிருந்தால், அவர்கள் எந்த நிறுவப்பட்ட மதத்திலும் சேரமாட்டார் கள். ஏனெனில், சமயக் கொள்கையும் நம்பிக்கையும் மக்களை சச்சரவு செய்யும் குழுக்களாகப் பிரிக்கின்றன, பகைமையை உண்டு பண்ணுகின்றன. பெற்றோர்கள் தம் குழந்தைகளிடம் அன்பு கொண்டிருந்தால், அவர்கள் பொறாமையையும் சச்சரவையும் விட்டொழித்திருப்பார்கள்; இன்றைய சமுதாய அமைப்பை அடிப்படையிலேயே மாற்றம் செய்ய செயலில் ஈடுபட்டிருப்பார்கள்.

நம் குழந்தைகள் அதிகாரம் மிக்க பொறுப்பில் மேன்மையான இடங்களில் இருக்க வேண்டும், மேலும் மேலும் வெற்றி பெற்றுக்கொண்டே இருக்க வேண்டும் என்று நாம் விரும்பும்வரை, நம் இதயங்களில் அன்பு இருக்காது. ஏனெனில் வெற்றிக்குச் செய்யும் வழிபாடு சண்டையையும் பெருந்துயரத்தையுமே பெருகச்

செய்யும். ஒருவர் தன் குழந்தைகளிடம் அன்பு கொண்டுள்ளார் என்பதற்கு அவர்களுடன் ஆத்மார்த்த மான உறவு கொண்டிருக்கிறார் என்று அர்த்தம்; மென்னயவுணர்வோடும், மெய்யுணர்வோடும், முரண் பாடுகளற்று முழுமையாக இருக்க உதவுகின்ற சரியான கல்வி குழந்தைகளுக்கு அளிக்கப்பட வேண்டும் என்பதிலும் கவனமாய் இருக்கிறார் என்றும் அர்த்தம்.

ஆசிரியராக வேண்டும் என்ற முடிவை ஒருவர் எடுத்தபின், முதற்கண், தன்னைக் கேட்டுக் கொள்ள வேண்டிய கேள்வி என்னவென்றால் கற்பிப்பது என்பதற்கு தான் என்ன பொருள் கொள்கிறார் என்பதுவே. பொதுவாகக் கற்பிக்கப்படும் பாடங்களை வழக்கமான வழியிலேயே அவர் கற்பிக்கப் போகிறாரா என்ன? சமுதாயம் எனப்படும் இயந்திரத்தின் சக்கரப் பல்லாக இயங்க மாணவனை கட்டுப்படுத்தப் போகிறாரா என்ன? அல்லது, பொய்யான விழுமியங் களுக்கு அச்சுறுத்தலாக அவனை தயார்படுத்துவாரா? முரண்பாடற்ற முழுமையான படைப்பாற்றலுள்ள மனிதனாக உயர அவனுக்கு உதவப்போகிறாரா? மாணவன் தன்னை சூழ்ந்திருக்கும் விழுமியங்களையும் பாதிப்புகளையும் தானும் அவற்றில் ஒரு பாகமாக இருப்பதையும் ஆராய்ந்து புரிந்துகொள்ள ஆசிரியர் உதவ வேண்டுமென்றால், ஆசிரியரே அவற்றைப் பற்றிய விழிப்புணர்வு பெற்றிருக்க வேண்டும் அல்லவா? கண் பார்வை இல்லாத ஒருவரால், எப்படி மற்றவரை மறுகரைக்கு அழைத்துச் செல்லமுடியும்?

நிச்சயமாக, ஆசிரியரான அவரே உள்ளதை உள்ளவாறு முதலில் பார்க்கத் தொடங்க வேண்டும். அவர் எப்போதும் விழிப்புடன் இருக்க வேண்டும்; தன் சிந்தனைகள் மற்றும் உணர்வுகள் பற்றி ஆழமான விழிப்புணர்வு கொண்டிருக்க வேண்டும்; தன்னை தளைபடுத்தும் வழிகள் அனைத்தையும் அறிந்திருக்க வேண்டும்; தன் செயல்பாடுகளையும் எதிர்வினைகளையும் அறிந்திருக்க வேண்டும். ஏனெனில், இத்தகு ஆழ்ந்த கவனித்தலால் மெய்யுணர்வு பிறக்கும். மெய்யுணர்வால், மக்கள் மற்றும் பொருள்களுடன் தான் கொள்ளும் உறவில் அடிப்படை மாற்றம் வரும்.

மெய்யுணர்வு என்பதற்கும் பரீட்சைகளில் தேர்ச்சி பெறுவதற்கும் சம்பந்தம் ஏதுமில்லை. மெய்யுணர்வு என்பது இயல்பான நோக்குதலிலிருந்து வருவது. மெய்யுணர்வு ஒருவருக்கு வலிமையையும் சுதந்திரத்தையும் அளிக்கிறது. ஒரு மாணவனிடம் மெய்யுணர்வை விழிப்படையச் செய்ய வேண்டுமெனில் மெய்யுணர்வு என்றால் என்ன என்பதை நாம் முதலில் புரிந்துகொள்ள வேண்டும். பல்வேறு வழிகளில் நாம் தெளிவில்லாமல் கலக்கத்தோடு நடந்து கொண்டிருக்கையில் மாணவனை மெய்யுணர்வுடன் இருக்கும்படி எவ்வாறு கேட்கமுடியும்? மலையாய் குவிந்துள்ள அச்சங்கள், மகிழ்ச்சியின்மை, விரக்திகள் முதலியவை மாணவர்களுக்கு மட்டுமல்ல, நமக்கும் தான் பிரச்சினையாய் உள்ளது.

நம்மை மந்தமாக்கி அக்கறை இழக்கச் செய்யும் நம்முள் இருக்கும் இடையூறுகளை நாம் தகர்த்தெறிந்

தால்தான், நம்மால் மாணவனுக்கு மெய்யுணர்வு டனிருக்க உதவமுடியும்.

நாமே சுயபாதுகாப்பைப் பின்தொடர்ந்து செல்லும்போது, சொந்த பாதுகாப்பைத் தேடிச் செல்லக்கூடாது என்று எப்படி மாணவர்களுக்கு நாம் கற்பிக்க முடியும்? வாழ்க்கைக்கு முழுவதுமாக விரிந்திருக்காமல் பாதுகாப்புச் சுவர்களை நம்மைச் சுற்றி எழுப்பிக் கொண்டு பெற்றோர்களாகிய, ஆசிரியர்களாகிய நாமிருக்கும்போது, வாழ்க்கையைப் பற்றிய நம்பிக்கை, நம் குழந்தைகளிடம் எப்படி இருக்க முடியும்? உலகத்தில் இப்படியொரு குழப்பத்திற்குக் காரணமாக இருக்கும் பாதுகாப்பிற்கான இந்தப் போராட்டத்தின் உண்மையான முக்கியத்துவத்தை கண்டுபிடிக்க, மனோரீதியான நம் செயல்பாட்டு வழிகளை நம் மெய்யுணர்வை விழிப்படையச் செய்து கண்டுணர வேண்டும்.நம்மைச் சுற்றி வளைத்திருக்கும் எல்லா விழுமியங்களையும் பற்றி நாம் ஆய்வு செய்து வினா எழுப்ப வேண்டும்.

நெறிமுறைகளைப் பற்றி சிறிதும் எண்ணிப் பார்க்காமலே, அவற்றை அப்படியே பின்பற்றிக் கொண்டு நாம் வாழலாகாது. நம்மை நர்மே புரிந்துகொள்ளாதபோது, எப்படி தனிமனிதனிடமும் மற்றும் சமுதாயத்திலும் அமைதியும் நேசமும் இருக்க முடியும்? ஆசிரியர் தன்னைப் புரிந்து கொள்ளாத வரையில், அவர் தன் தளைப்பட்ட நிலையிலிருந்து வெளிப்படும் எதிர்வினைகளை பார்க்காதவரை, விதிக்கப்பட்ட விழுமியங்களிலிருந்து தன்னை

விடுவித்துக் கொள்ளத் தொடங்காத வரை, எப்படி அவரால் மாணவனிடம் மெய்யுணர்வை விழிப்படையச் செய்யமுடியும்? அவரால் மாணவரிடம் மெய்யுணர்வை எழுப்பச் செய்ய முடியாவிட்டால், அவர் செய்யும் வேலையில் அர்த்தமுள்ளதா?

நம் சொந்த சிந்தனை மற்றும் உணர்வுகள் செயல்படும் விதத்தை நாம் புரிந்து கொண்டால் மட்டுமே மாணவனை சுதந்திரமுள்ள மனிதனாக்க நம்மால் உண்மையாகவே உதவ முடியும். கல்வியாளர் இதைப்பற்றிய தீவிர அக்கறை கொண்டிருப்பாராகில், மாணவனைப்பற்றி மட்டுமல்லாமல் தன்னைப் பற்றியும் அவர் கூர்மையான விழிப்புணர்வு கொண்டிருக்க முடியும்.

நம்மில் வெகுசிலரே நம் எண்ணங்களையும் உணர்வுகளையும் கூர்ந்து நோக்குகிறோம். அவைகள் தெளிவாகவே அருவருப்பாக இருக்கும்போது, அவைகளின் குறிப்பிட்டப் பொருளை நாம் புரிந்துகொள்ள விரும்புவதில்லை. நாம் அவற்றை வெறுமனே வராமல் தடுத்துவிடுகிறோம் அல்லது தள்ளிவைத்து விடுகிறோம். நம்மைப் பற்றிய ஆழமான விழிப்புணர்வு நம்மிடமில்லை. நம் சிந்தனைகளும் உணர்வுகளும் அச்சில் வார்க்கப்பட்டதுபோல ஒரே மாதிரியாகவும், இயந்திரத்தனமாகவும் இருக்கின்றன. நாம் ஒருசில துறைகளைப் பற்றி கற்றுக்கொள்கிறோம், தகவலைத் திரட்டிக் கொள்கிறோம்; பிறகு திரட்டியதை மாணவர்களுக்குக் கடத்தி விடுகிறோம்.

பெற்றோர்களும், ஆசிரியர்களும் 169

கல்வியளிப்பதில் மிகுந்த அக்கறையுடன் நாம் இருந்தால், உலகத்தின் பல பாகங்களில் கல்வி சம்பந்தமாக என்னென்ன ஆராய்ச்சிகள், பரீட்சார்த்த சோதனைகள் செய்திருக்கிறார்கள் என்பதை கண்டறிவது மட்டுமல்லாமல், இது விஷயமாக நம் அணுகுமுறையைப் பற்றியும் மிகவும் தெளிவாக இருப்போம். நம் வாழ்க்கையின் அர்த்தம்தான் என்ன என்பதைப் பற்றியும் விசாரணை செய்வோம்; நம் குழந்தைகளுக்கும் நமக்கும் எதற்காகவும் எந்த நோக்கத்திற்காகவும் கல்வி கற்பிக்கிறோம் என்பதைப் பற்றி வினா எழுப்புவோம். சமூகத்துடன் தனி மனிதனுக்கு இருக்கும் உறவைப் பற்றியும் இன்ன பிறவற்றைப் பற்றியும் விசாரணை செய்வோம். நிச்சயமாக கல்வியாளர்கள் இந்தப் பிரச்சினைகளை உணர்ந்திருக்க வேண்டும். இவற்றைப் பற்றிய உண்மையை மாணவன் கண்டறிய உதவ வேண்டும். உதவி செய்யும்போது கல்வியாளர்கள் தம்முடைய மனப்போக்குகளையும் குணாதிசயங்களையும் அவன்மேல் திணிக்கக்கூடாது.

அரசியல் அல்லது கல்வி சம்பந்தமான ஒரு குறிப்பிட்ட நெறிமுறையை மட்டுமே பின்பற்றுவதனால் பலதரப்பட்ட சமூகப் பிரச்சினைகளை தீர்த்துவிட முடியாது. ஒரு பிரச்சினையை புரிந்து கொள்வதைவிட, அதை எப்படி அணுகுகிறோம் என்பதைப் புரிந்து கொள்வது மிக முக்கியமாகும்.

பெற்றோர்களிடம் பயம், கூடியிருக்கும் சூழலின் பயம் அல்லது கடவுளிடம் பயம் போன்ற

எல்லாவிதமான அச்சத்திலிருந்தும் மாணவன் விடுபட்டு இருக்கவேண்டுமென்றால், முதலில் கல்வியாளனுக்கு எந்தப் பயமும் இருக்கக்கூடாது. ஆனால் இதுதான் பிரச்சினை. ஏதோ ஒருவித அச்சத்திற்கு ஆட்படாமல் இருக்கும் ஆசிரியர்களைக் கண்டுபிடிப்பது மிகவும் சிரமமான விஷயம். அச்சமானது சிந்தனையை குறுக்கிவிடுகிறது. துணிவுடன் தொடங்கும் ஆற்றலைக் கட்டுப்படுத்தி விடுகிறது. எனவே அச்சமுள்ள ஆசிரியர், மாணவனுக்கு அச்சமற்று இருப்பதின் ஆழமான தாத்பரியத்தை தெரிவிப்பது முடியாது என்பது தெளிவாகவே தெரிகிறது. நற்குணம் போல, அச்சமும் பிறரைத் தொற்றிக்கொண்டு பரவும். கல்வியாளரே இரகசியமாகப் பயந்து போயிருப்பாராகில், அந்த அச்சத்தைத் தன் மாணாக்கர்களுக்கும் கொடுத்து விடுவார். அச்சம் தொற்றிக் கொண்டு ஒருவரைப் பீடித்திருப்பது உடனே தெரிவதில்லை.

பொதுமக்கள் கருத்துக்கு பயப்படும் ஆசிரியர் ஒருவரை உதாரணத்திற்கு எடுத்துக்கொள் வோம். தன் அச்சத்தின் அபத்தத்தைப் பார்க்கிறார், ஆனாலும் அதிலிருந்து அவரால் விடுபட முடியவில்லை. அவர் செய்ய வேண்டியது என்ன? குறைந்தபட்சமாக, அவர் தன்னிடம் அச்சம் இருக்கிறது என்பதையாவது ஒப்புக்கொள்ள வேண்டும். மேலும் மாணவர்கள் அச்சத்தைப்பற்றி புரிந்துகொள்ள உதவுவதற்கு அவர் தன் சொந்த உளவியல் ரீதியான எதிர்வினையை எடுத்து அவர்களுக்கு விளக்கி, அதைப்பற்றி அவர்களுடன் திறந்த மனத்துடன் பேசவேண்டும். இப்படிப்பட்ட

நேர்மையான, உண்மையான அணுகுமுறை, மாணவர்களை தங்களுக்குள்ளும் மற்றும் ஆசிரியரிடமும் திறந்த மனதோடு நேரடியாகவும் வெளிப்படையாகவும் கலந்துரையாட பெருமளவில் ஊக்குவிக்கும்.

மாணவர்களுக்கு சுதந்திரம் அளிக்க, கல்வியாளர் சுதந்திரத்தின் உட்பொருளையும் முக்கியத்துவத்தையும் அறிந்திருக்க வேண்டும். எந்தவித எடுத்துக்காட்டுகளும் கட்டாயப்படுத்தல்களும் சுதந்திரத்தை கொண்டு வராது. சுதந்திரத்தில் மட்டுமே தன்னைப் பற்றிய அறிதலும் நுண்ணறிவுத் திறனும் இருக்க முடியும்.

மாணவன், தன்னைச் சுற்றியிருக்கும் மக்களாலும் பொருட்களாலும் தாக்கம் அடைகிறான். இத்தகைய தாக்கங்களைப்பற்றி அறிந்துகொள்ளவும் அவற்றின் உண்மை மதிப்பை மாணவர் உணரவும், ஆசிரியர் உதவவேண்டும். சமுதாய ஆணையின்படியோ அல்லது மரபு மூலமாகவோ சரியான விழுமியங்களைக் கண்டுபிடிக்க முடியாது; தனிநபரின் ஆழ்ந்த சிந்தனை மட்டுமே அவைகளை வெளிப்படுத்தும்.

இதை ஒருவர் ஆழமாகப் புரிந்து கொண்டால், அவர், இன்றைய நாளின் தனிமனிதன் மற்றும் சமூக விழுமியங்களைப்பற்றிய நுண்ணறிவுத்திறனை ஆரம்பத்திலேயே மாணவனிடம் ஊக்குவிக்க முடியும். மாணவனை, குறிப்பிட்ட விழுமியங்களை மட்டுமல்லாமல் அனைத்து விஷயங்களின் உண்மையான மதிப்பைக் கண்டுணரும்படி அவர் ஊக்குவிப்பார். மாணவன் அச்சமற்று இருக்க ஆசிரியர் உதவவேண்டும்.

அச்சமற்று இருத்தல் என்றால் ஆசிரியரின் அதிகாரம், குடும்பம் செலுத்தும் அதிகாரம் அல்லது சமுதாய ஆணை போன்ற எவ்வித அதிகாரத்திற்கும் அடிபணியாமல் சுதந்திரமாக இருத்தல் என்பது பொருள். அத்தகைய சுதந்திரத்தை மாணவன் பெறும்போது, அவன், அன்பிலும் நற்பண்பிலும் மலர்ந்து நல்ல மனிதனாய் வளர்வான். ஆக, சுதந்திரத்தை நோக்கி மாணவன் செல்வதற்கு உதவி செய்வதில் கல்வியாளரும் தன்னுடைய விழுமியங்களை மாற்றிக் கொள்கிறார்; அவரும் 'நான்', 'என்னுடைய' என்பவற்றை விலக்கி விடுகிறார். அவரும் அன்பிலும் நற்பண்பிலும் மலருகிறார். ஆசிரியருக்கும் மாணவனுக்குமிடையேயான இந்த பரஸ்பர கற்றல் அவர்களிடையே ஆரோக்கியமான, புதுமையான உறவை உண்டுபண்ணுகிறது.

அனைத்து வகை அதிகாரம் செலுத்துதலும் நிர்ப்பந்தமும் சுதந்திரத்திற்கும் மெய்யுணர்விற்கும் நேரடித் தடைகளாகும். சரியான கல்வியாளருக்கு எந்தவித அதிகாரமும் கிடையாது; சமுதாயத்தில் எந்தவித ஆட்சி அதிகாரமும் அவருக்கு இல்லை; சமுதாயத்தின் ஆணைகளுக்கும் கட்டுப்பாட்டிற்கும் அவர் அப்பாற் பட்டவர். தானே உருவாக்கிக் கொண்ட தடைகளிலிருந்தும் தன்னைச் சுற்றியிருப்பவை உருவாக்கிய தடைகளிலிருந்தும் மாணவன் விடுபட, ஆசிரியர் உதவ எண்ணினால் அதிகாரம் மற்றும் கட்டுப்பாட்டைப் பற்றி நன்கறிந்து கொண்டு, அவற்றை அவர் ஒதுக்கித் தள்ளவேண்டும். தன்னை முடக்கிவிடும் எல்லா அதிகாரங்களிலிருந்தும் தன்னை

விடுவித்துக் கொள்ளாவிட்டால், ஆசிரியரால் மாணவனுக்கு உதவமுடியாது.

இன்னொருவரை - அவர் என்னதான் பெரிய வராக இருப்பினும் - பின்பற்றுவது என்பது 'தான்' செயல்படும் வழிகளை கண்டறிய விடாமல் தடுத்துவிடும். மனோராஜ்ய சொர்க்கபுரியை அளிப்பதாகத் தரப்படும் வாக்குறுதியை நம்பி, அதன் பின்னால் ஓடுவது, தன் சௌகரியத்திற்கான விருப்பமும், அதிகாரத்திற்கான விருப்பமும் பிறரின் உதவியைப் பெற எழும் விருப்பமும்தான் தன்னை இவ்வாறு ஓடவிடுகிறது என்பதை மனம் முற்றிலும் உணர்வதில்லை. மதபோதகர், அரசியல்வாதி, வழக்குரைஞர், படைவீரர் - இவர்களெல்லாம் நமக்கு 'உதவி' செய்ய இருக்கிறார்கள். ஆனால் அப்படிப்பட்ட உதவியானது நம் சுதந்திரத்தையும் மெய்யுணர்வையும் அழித்துவிட உதவுகிறது. நமக்குத் தேவைப்படும் உதவியானது நமக்கு வெளியே இல்லை. நாம் உதவிக்காக வெளியில் பிச்சை எடுக்கத் தேவையில்லை. நாம், நம்மை அர்ப்பணித்துக் கொண்ட வேலையில் ஈடுபாட்டுடன் எளிமையாக இருக்கும்போதும், நம் அன்றாட வாழ்க்கையின் சோதனைகள், விபத்துகள் ஆகியவற்றை புரிந்துகொள்ள வேண்டி நாம் திறந்த மனத்தோடு இருக்கும் போதும், நாம் கேட்காமலேயே அந்த உதவி வரும்.

பிறர் தரக்கூடிய ஆதரவுக்காகவும் ஊக்குவித்தலுக்காகவும் விருப்பம் கொள்வதையும் அதற்காக உள்ளூர ஏங்குவதையும் நாம் தவிர்க்க வேண்டும். ஏனெனில்,

அப்படிப்பட்ட பெருவிருப்பமானது அதற்கேயுரிய எதிர்வினைகளால் எப்போதும் நமக்கு திருப்தியை அளித்துக் கொண்டேயிருக்கும். நம்மை ஊக்கப்படுத்தவோ, முன்நடத்திச் செல்லவோ, அமைதிப்படுத்தவோ நமக்கொருவர் இருந்தால், நமக்கு சுகமாயுள்ளது. ஆனால், இன்னொருவரை அதிகாரியாக, ஒரு வழிகாட்டியாக ஏற்றுக்கொண்டு நாம் அவர் பின்னால் போகும் பழக்கம், சீக்கிரத்திலேயே நம் நெறிமுறையில் ஒரு நஞ்சாக ஆகிவிடுகிறது. தனிமனித சுதந்திரத்தையும் மெய்யுணர்வையும் விழிப்படையச் செய்யும் நமது துவக்க நோக்கத்தை, வழிகாட்டுதலுக்காக இன்னொருவரை நாம் சார்ந்திருக்கத் தொடங்கும் அக்கணத்திலேயே மறந்துவிடுகிறோம்.

எல்லா அதிகாரமும் ஒரு தடைதான். எனவே, கல்வியாளர், மாணவர்கள்மேல் அதிகாரம் செலுத்துபவராக இருக்கக்கூடாது என்பது முக்கியமாகும். அதிகார உருவாக்கம் என்பது பிரக்ஞை மற்றும் ஆழ்மனத்தின் செயல்பாட்டால் உருவாகிறது.

மாணவன் தான் பெற்றிருக்கும் விஷய ஞானத்தால் தெளிவு பெறவில்லை, தடுமாறுகிறான்; ஆனால் ஆசிரியர் தன் அறிவில் உறுதியாகவும், தன் அனுபவத்தில் வலிமையாகவும் இருக்கிறார். ஆசிரியரின் வலிமையும் உறுதிப்பாடும் மாணவர்களுக்கு நம்பிக்கையை அளிக்கின்றன. இந்த நம்பிக்கையில் மாணவன் துணிவு பெறுகிறான். ஆனால், அந்த நம்பிக்கை நிலைத்து நிற்பதும் அல்ல, உண்மையும் அல்ல. எந்த ஓர் ஆசிரியர், அறிந்தோ அறியாமலோ,

மாணவன் தன்னைச் சார்ந்திருப்பதை ஊக்குவிக்கிறாரோ, அவர் மாணவர்களுக்கு உதவிகரமாக இருக்கவே முடியாது. மாணவர்களை, அவர், தம் விஷய ஞானத்தால் திகைப்பூட்டலாம், தன் ஆளுமையினால் பிரமிப்பூட்டலாம். ஆனால் அவர் சரியான ஆசிரியர் அல்ல; ஏனெனில், அவருடைய விஷயஞானமும் அனுபவங்களும் அவருடைய போதைப் பொருட்கள், அவருடைய பாதுகாவல், அவரின் சிறையாக உள்ளன. அவர் இவற்றிலிருந்து விடுபட்டு விடுதலை பெறும் வரை, அவரால் தன் மாணவர்களை முரண்பாடற்ற நிறைமனிதர்களாக உயர்த்த உதவமுடியாது.

சரியான ஆசிரியராக திகழ வேண்டுமெனில், ஓர் ஆசிரியர், தன்னை நூல்களிலிருந்தும் பரிசோதனைக் கூடங்களிலிருந்தும் விடுவித்துக் கொண்டிருக்க வேண்டும்; மாணவர்கள், தன்னை ஒரு முன்மாதிரியாக, ஓர் இலட்சியமாக, எல்லாமறிந்த நிபுணராக எடுத்துக்கொண்டு விடக்கூடாது என்பதில் மிகுந்த கவனத்தோடிருக்க வேண்டும். அவர்களுடைய வெற்றியே தன்னுடையது என்பதுபோல், ஆசிரியன், தன் மாணவர்கள் மூலமாக தன்னை நிறைவுபடுத்திக் கொள்ள விரும்பினால், அது தன்னை நிலைநிறுத்திக் கொள்ளும் ஒரு செயலாக அமையும். அவரின் இத்தகைய மனப்பாங்கு, தன்னையறிவதற்கும் விடுதலை பெறுவதற்கும் ஊறுவிளைவிக்கும். இந்த தடைகளையெல்லாம் சரியான கல்வியாளர் உணர்ந்திருக்க வேண்டும். அப்போதுதான் தன் மாணவர்களை, தன்னுடைய அதிகாரத்திடமிருந்து மட்டு

மில்லாமல், அவர்களின் தன்முனைப்பான நாட்டங்களிலிருந்தும் விடுபெறச் செய்யமுடியும்.

துரதிருஷ்டவசமாக, ஒரு பிரச்சினையை ஆராயும் போது, பெரும்பாலான ஆசிரியர்கள், மாணவனை தன் சமமான கூட்டாளியாக நடத்துவதே கிடையாது. ஆசிரியர், உயர்மட்டத்திலிருந்து கொண்டு, கீழ்மட்டத்திற்குத் தள்ளப்பட்ட மாணவர்களுக்கு நெறிமுறை கட்டளைகளை அறிவிக்கிறார்கள். இப்படிப்பட்ட உறவுமுறை, ஆசிரியரிடமும் மாணவரிடமும் அச்சத்தை வலிமை பெறச் செய்கிறது. இப்படிப்பட்ட ஏற்றத்தாழ்வான உறவை ஏற்படுத்தியது எது? தன்னை யாரென கண்டுபிடித்து விடுவார்களோ என்று ஆசிரியர் பயப்படுகிறாரா? தன் முக்கியத்துவத்தையும், தன் பலவீனங்கள் வெளியாகாவண்ணம் காப்பாற்றிக் கொள்ளும் பொருட்டும், ஆசிரியர், தன்னை உயரத்தில் வைத்துக் கொள்கிறாரா என்ன? இப்படி தனித்து உயரத்தில் இருப்பது தனிமனிதர்களைப் பிரித்து வைக்கும் தடைவேலிகளைத் தகர்த்தெறிய உதவாது. உண்மையில் கல்வியாளனும் மாணவரும் தாங்கள் இருவரும் கற்றறிய ஒருவருக்கொருவர் உதவிக் கொள்பவர்தாம், அல்லவா?

அனைத்து உறவும் ஒருவருக்கொருவர் பரஸ்பரம் கற்றறிவதாகும். அறிவாலும், சாதனையாலும், பேராவலாலும், எழுப்பப்பட்ட பாதுகாவல் எனும் தனிமைச் சுவர்கள், பொறாமையையும் பகைமையையும் வளர்க்கிறது; எனவே, சரியான கல்வியாளர்

தன்னைச் சுற்றி தான் எழுப்பிக் கொண்ட இந்தச் சுவர்களைக் கடந்தே ஆகவேண்டும்.

தனிமனிதனின் சுதந்திரத்திற்கும் முரண்பாடற்ற முழுமையாக்கலுக்கும் தன்னை அர்ப்பணித்துக் கொண்டுவிட்ட காரணத்தினால், சரியான கல்வியாளர் ஆழமான, உண்மையான சமயப்பற்றாளராவார். அவர் எந்த மதப்பிரிவையும் நிறுவப்பட்ட எந்த மதத்தையும் சேர்ந்தவர் அல்லர். தோற்றுவித்தவர்களின் விருப்பங்களின் வெளிப்பாடுகளாக இருக்கும் நம்பிக்கை மற்றும் சடங்குகள் எல்லாமே பொய்த்தோற்றங்கள், கற்பனைகள், மூடநம்பிக்கைகள் என்பதை அவர் அறிந்திருப்பதால், நம்பிக்கைகளிலிருந்தும் சடங்குகளிடமிருந்தும் அவர் விடுபட்டிருக்கிறார். தன்னைப் பற்றிய அறிவும் அதனால் வரும் சுதந்திரமும் இருக்கும்போதுதான், அந்த மெய்ம்மை அல்லது கடவுள் தோன்றும் என்று அவர் அறிந்திருக்கிறார்.

பல சமயங்களில், பல்கலைக்கழக பட்டங்கள் பெறாதவர்கள் சிறந்த ஆசிரியர்களாக இருக்கிறார்கள்; தாங்கள் துறை நிபுணர்கள் இல்லை என்பதினால், அவர்கள் பரிசோதனை செய்வதிலும் கற்பதிலும் வாழ்க்கையைப் புரிந்துகொள்வதிலும் ஈடுபாடு கொள்கிறார்கள். உண்மையான ஆசிரியருக்கு கற்பிப்பது என்பது ஒரு தொழில்முறை உத்தி அல்ல; அதுதான் அவருடைய வாழ்க்கைநெறி. ஒரு மாபெரும் கலைஞனைப் போலவே, பட்டினி கிடந்தாலும், தன் படைப்புக்கலையை ஆசிரியர் விட்டுவிட மாட்டார்.
2 கற்பிப்பதற்கான தீப்பொறி ஒருவர் உள்ளத்தில்

இல்லை என்றால் அவர் ஆசிரியராக இருக்கக்கூடாது. தன்னுள் இயற்கையிலேயே இந்தப்பேறு இருக்கிறதா என்று கண்டுபிடிப்பது மிகவும் அவசியம். ஏதோ கற்பிப்பது ஒரு பிழைப்புக்கான வழி என்று ஆசிரியராக வந்துவிடக்கூடாது.

கற்பிப்பது என்பது ஒரு தொழிலாக, பிழைப்புக் கான ஒரு வழியாக மட்டுமே கருதப்பட்டு, அர்ப்பணித்தலோடு செய்யப்படும் வாழ்வுப் பணியாக அது இல்லாதவரையில், கல்வியாளருக்கும், சமுதாயத்திற்கும் இடையே மிகப்பெரிய இடைவெளி இருந்தே தீரும். நமது வீட்டு வாழ்க்கையும் நமது அலுவலக வேலையும் பிரிந்தும் முற்றிலும் வேறுபட்டும் இருக்கிறது. கல்வியானது மற்ற வேலைகள் போல நடைமுறைப்படுத்தப்படும் வரை, போராட்டமும் பகைமையும், தனிமனிதர்களிடையேயும் சமுதாயத் தின் பல்வேறுபட்ட தரப்பினரிடமும் தோன்றுவதைத் தவிர்க்க முடியாது; அதிகரித்துக் கொண்டே போகும் போட்டிகளும் தம் சொந்த பேராசைகளை நிறை வேற்றிக் கொள்ள மேற்கொள்ளப்படும் இரக்கமற்ற நடவடிக்கைகளும் அதிகரித்து, தேசப் பிரிவினை மற்றும் இனப்பிரிவினைகளைத் தோற்றுவித்து பகைமையை யும் முடிவிலா போர்களையும், அச்சூழல் உண்டு பண்ணும்.

ஆனால், சரியான கல்வியாளர்களாக நம்மை அர்ப்பணித்துக் கொண்டோமாகில், வீட்டு வாழ்க்கை, பள்ளி வாழ்க்கை என்ற தடைவேலிகளை நாம் உண்டாக்க மாட்டோம். சுதந்திரம் மற்றும்

பெற்றோர்களும், ஆசிரியர்களும்   179

மெய்யுணர்வில் நாம் பெரிதும் அக்கறை கொண்டிருப்பதால் வீட்டு வாழ்க்கை வேறாகவும் பள்ளி வாழ்க்கை வேறாகவும் நமக்கிருப்பதில்லை. நாம், ஏழை குழந்தைகளையும் பணக்கார குழந்தைகளையும் சரிசமமாகவே கருதுகிறோம். ஒவ்வொரு குழந்தையையும் அவனுடைய மனோபாவம், பாரம்பரியம், விருப்பங்கள் மற்றும் இன்னபிறவற்றையும் எண்ணத்தில் கொண்டு தனிநபராகக் கருதுகிறோம். குறிப்பிட்ட இனத்தைப் பற்றியோ அதிகார வர்க்கத்தைப் பற்றியோ தாழ்த்தப்பட்ட வகுப்பைப் பற்றியோ நமக்கு அக்கறை இல்லை. நம் அக்கறையெல்லாம் தனிமனிதனின் சுதந்திரத்திலும் முரண்பாடற்ற முழுமையாக்கலிலுமே.

ஒருவர், தன்னை சரியான கல்விக்காக அர்ப்பணித்துக் கொள்வது, முழுவதுமாக தன்னார்வத்தின் காரணமாக இருக்க வேண்டும். புறத்தூண்டுதலின் விளைவாகவோ அல்லது சொந்த இலாபத்திற்காக ஏற்றுக் கொண்டதாகவோ அது இருக்கக்கூடாது; வெற்றியடைய வேண்டும், சாதிக்க வேண்டும் என்பது போன்ற தீவிர ஆசைகளின் காரணமாய் எழும் தோல்வியைப் பற்றிய பயத்திலிருந்து, ஆசிரியர் விடுபட்டிருக்க வேண்டும். ஒரு பள்ளியின் வெற்றி அல்லது தோல்வியுடன் தன்னை அடையாளப்படுத்திக் கொள்வதும் சுயநல நோக்கத்தின்பாற்பட்டதேயாகும். கற்பிப்பது தன் வாழ்வுப்பணி என்றும், சரியான கல்வியானது தனிமனிதனின் உயிரான தேவை என்றும் ஒருவர் கருதினால், பின்பு அக்கருத்தைத் தடை செய்யவோ அல்லது தடம்புரளச் செய்யவோ முயலும்,

பதவி, புகழ் அடைய விரும்பும் தன் சொந்த பேராவா வினையோ, அல்லது மற்றவரின் தூண்டுதலையோ அவர் அனுமதிக்க மாட்டார். இந்த வாழ்வுப் பணிக்காக நேரத்தையும் வாய்ப்பையும் அவரால் கண்டுபிடிக்க முடியும். வெகுமதியையோ, மதிப்பையோ அல்லது புகழையோ எதையும் தேடிச் செல்லாது அவர் தன் பணியைத் தொடங்கிவிடுவார். குடும்பம், சுய பாதுகாப்பு, சௌகரியம் போன்றவைகள் அவருக்கு இரண்டாம் நிலை முக்கியத்துவம் பெறும்.

நாம், சரியான கல்வியில் உண்மையிலேயே முனைப்பார்வமுள்ள ஆசிரியர்களாக இருந்தால், நாம் இன்றைய கல்வியைப் பற்றி முற்றிலும் அதிருப்தி யடைந்திருப்போம். ஒரு குறிப்பிட்ட கல்விமுறை என்றில்லை, அனைத்து கல்விமுறைகளுமே தனிநபர் சுதந்திரத்தைப் பெற்றுத் தரத்தக்கதாய் இல்லை. ஒரு நெறிமுறை அல்லது அமைப்பு முறையால், ஒருவரை, ஏற்றுக்கொண்டுள்ள விழுமியங்களிலிருந்து விடுபடச் செய்து வேறு விழுமியங்களில் தளைபடச் செய்ய லாமே தவிர, அவரை தளைகளிலிருந்து விடுவிக்க அவைகளால் முடியாது.

தன் மனம் உருவாக்கிக் கொண்டே இருக்கும் ஒரு குறிப்பிட்ட அமைப்புமுறையில் வீழ்ந்துவிடாதபடிக்கு ஒருவர் கவனமாக இருத்தல் வேண்டும். செயல்முறை, செயலாற்றல் ஆகியவைகளை ஒரு மாதிரிபடிவத்தின் படி செய்வது சௌகரியமான மற்றும் பாதுகாப்பான வழியாக இருப்பதால், மனம், தன்னுடைய சூத்திரங் களுக்குள்ளேயே பதுங்கிக் கொள்கிறது. எப்போதுமே

கவனமாக இருப்பது மிகவும் தொல்லையானதுதான், அயர்ச்சி அடையச் செய்வதுதான்; ஒரு நெறிமுறையை வகுத்து அதை பின்பற்றுவதற்கு சிந்தனை எதுவும் தேவைப்படுவதில்லை.

ஆனால், திரும்பத் திரும்ப ஒன்றையே செய்வதும் பழக்கமாய் ஏற்றுக்கொண்டவையும், மனதை மந்தமடையச் செய்வன; அதை விழிப்புறச் செய்ய ஓர் அதிர்ச்சி தேவை; அத்தகைய அதிர்ச்சியை நாம் பிரச்சினை என அழைக்கிறோம். அப்பிரச்சினைக்கான தீர்வை, பழைய பஞ்சாங்க விளக்கங்கள் மூலமும், நியாயப்படுத்தல்கள் மூலமும், கண்டனப்படுத்தியும் தீர்வு காண முயற்சிக்கிறோம். இவை அனைத்துமே மனதை மீண்டும் மந்தமடையச் செய்கின்றன. இப்படிப்பட்ட சோம்பலில் மனமானது எப்போதுமே மாட்டிக் கொள்கிறது. சரியான கல்வியாளர், தன் மனச்சோம்பலுக்கு முடிவு கட்டுவதோடல்லாமல், தன் மாணவர்கள் இதைப்பற்றி உணர்வதற்கும் உதவி செய்வார்.

"ஒருவரை எப்படி சரியான ஆசிரியராக ஆக்கமுடியும்?" என்று சிலர் கேட்கலாம். 'எப்படி' என்ற வினா, குறிப்பால் உணர்த்துவது, ஒரு சுதந்திரமான மனதை அல்ல; மாறாக, பயப்படும், பலனைத் தேடும், முடிவை எதிர்பார்க்கும் மனதையே. தான் விருப்பப் படும் ஒன்றாக 'ஆவதற்கு' மேற்கொள்ளப்படும் முயற்சியும் நம்பிக்கையும், மனதை விருப்பப்பட்ட முடிவுக்கு ஒத்திசைவாக்கும். ஆனால், சுதந்திரமான மனம், எப்போதும் கண்காணித்துக் கொண்டும், கற்றுக்

கொண்டும் இருக்கிறது. இதனால் சுயவெளிப்பாடாக இருக்கும் தடைகளை அது உடைத்தெறிகிறது.

சுதந்திரம் செயல்பாட்டின் தொடக்கத்திலேயே இருப்பது, அது முடிவில் ஈட்டப்படுவதாக இல்லை. ஒருவர் ‘எப்படி’ என்று கேள்வி எழுப்பிய அந்தக் கணமே, கடக்க முடியாத இடர்பாடுகளைச் சந்திக்க வேண்டியிருக்கும். எந்த ஆசிரியர், கல்விக்காக தன் வாழ்க்கையை அர்ப்பணித்துவிட ஆவலாக இருக்கிறாரோ, அவர் இந்தக் கேள்வியை கேட்கவே மாட்டார். ஏனெனில், சரியான ஆசிரியர் ஆவதற் கென்று ஒரு வழிமுறையும் கிடையாது என்பது அவருக்குத் தெரியும். ஒன்றில் தீவிர அக்கறை கொண்டிருக்கும் ஒருவர், கேட்ட பலன் கட்டாயம் கிடைக்குமென்று உறுதியளிக்கும் ஒரு வழிமுறையை தேடமாட்டார்.

நம்மை எந்த நெறிமுறையாவது மெய்யுணர்வாள னாக ஆக்க முடியுமா? நாம் ஓர் அமைப்பு முறையின் கடுமையான பயிற்சிகளைச் செய்யலாம், அதில் பட்டங்களைப் பெறலாம்; பட்டங்களைப் பெற்றபின், நாம் நல்லாசிரியராய் ஆவோமா, அல்லது அந்த அமைப்பு முறையின் பிரதிநிதியாய் செயல்படுவோமா? வெகுமதியை எதிர்பார்ப்பது, மிகச் சிறந்த கல்வியாளர் என்று அழைக்கப்பட விரும்புவது போன்ற எல்லாமே தனக்கு பெயரும் புகழும் கிடைக்க வேண்டும் என்பதற்கான பேரவாவாகும். போற்றப்படுவதும் ஊக்கப்படுத்தப்படுவதும் சிலவேளைகளில் ஏற்றுக் கொள்ளக் கூடியதாக இருந்தாலும், தொடர்ந்து

அக்கறையோடு இருப்பதற்கு இவற்றைச் சார்ந்திருந்தால், அவை போதை மருந்தைப் போலாகி சீக்கிரமே ஒருவரைத் தளர்ச்சியுறச் செய்யும். போற்றுதலையும் ஊக்குவித்தலையும் எதிர்பார்த்திருப்பது முற்றிலும் சிறுபிள்ளைத்தனமாகும்.

ஏதாவது ஒரு புதியதை உண்டாக்க வேண்டுமெனில், அங்கே இடையறாவிழிப்பும் சக்தியும் இருக்க வேண்டுமே தவிர, சச்சரவுகளும் சண்டைகளும் இருக்கக்கூடாது. ஒருவர் தன் வேலையில் விரக்தியடைந்துவிட்டால், பின்பு சலிப்பும் சோர்வும் பொதுவாக அவரைப் பின்தொடரும். ஒருவருக்கு ஈடுபாடு இல்லையென்றால், அவர் தொடர்ந்து ஆசிரியராக இருக்கக்கூடாது.

ஆனால், ஆசிரியர்களிடையே, இன்றியமையாததான தீவிர அக்கறை அடிக்கடி இல்லாமல் போகிறதே, ஏன்? ஒருவரை விரக்தியடைய வைப்பதற்கான காரணம்தான் என்ன? விரக்தி என்பது சூழலின் நிர்ப்பந்தத்தினால் செய்ய வேண்டி வந்த பணியின் விளைவு அல்ல; அது உண்மையாகவே எதைச் செய்ய வேண்டும் என்று நமக்கே தெரியாதபோது விளைவதாக உள்ளது. குழப்பம் அடைந்தவர்களாகிய நாம் இங்கும் அங்கும் அலைக்கழிக்கப் படுகிறோம்; இறுதியில் நமக்கு ஈர்ப்பு இல்லாத ஒன்றில் வந்து விழுகிறோம்.

ஆசிரியப்பணி, உண்மையாகவே நம் வாழ்வுப் பணி(Vocation)யாக இருக்கும் பட்சத்தில், இக்கால கல்விமுறையிலுள்ள குழப்பத்திலிருந்து விடுபடுவதற்

கான வழியை காணமுடியாததால், நாம் தற்காலிகமாக விரக்தி அடைகிறோம். ஆனால், சரியான கல்வியின் தாத்பரியத்தைப் புரிந்துகொண்ட அக்கணமே, மீண்டும் தேவைப்படும் அனைத்து உந்துதலையும் உற்சாகத்தையும் நாம் பெறுவோம். இந்த உற்சாகம் மனவுறுதியாலோ தீர்மானத்தாலோ வந்ததல்ல; நோக்கின் பாங்காலும் புரிதலாலும் வந்தவொன்று.

ஒருவருக்கு ஆசிரியப்பணிதான் வாழ்வுப் பணி என்றால், சரியான கல்வியின் இன்றியமையாத முக்கியத்துவத்தை அவர் பார்த்தறிந்துவிட்டால், அவர் சரியான ஆசிரியராகத்தான் விளங்கமுடியும். அப்படிப்பட்ட ஆசிரியர் எந்த ஒரு நெறிமுறையையும் பின்பற்ற வேண்டிய தேவையில்லை. தனிமனிதன், சுதந்திரம் மற்றும் முரண்பாடற்ற முழுமையாக்கம் அடைய சரியான கல்வி இன்றியமையாதது என்ற இந்த உண்மை புரிந்து விடுமானால், அப்புரிதலே ஆசிரியரிடத்தில் அடிப்படையான மாற்றத்தைக் கொண்டுவந்துவிடும். சரியான கல்வியின் மூலமாக மட்டுமே அமைதியும் ஆனந்தமும் கிட்டும் என்பதை ஒருவர் உணர்ந்து விடுவாராகில், பின்பு அவர் அதற்காக தன் வாழ்க்கை முழுவதையும், தம் ஈடுபாட்டையும், இயல்பாகவே அதற்கு அர்ப்பணித்து விடுவார்.

உடைமைகளுக்கான உரிய இடத்தையளிக்கும் திறத்தைக் கொடுக்கும் உள்முகச் செல்வத்தை, மாணவர்கள் பெறவேண்டும் என்பதற்காகவே ஆசிரியர் கல்வி கற்பிக்கிறார். அத்தகைய உள்முகச் செல்வம் இல்லையென்றால், பணம், சொத்து போன்ற

உடைமைகள் எல்லாம் மட்டுமீறிய முக்கியத்துவம் பெற்றுவிடும். அக்காரணத்தினால், பல்வேறு வடிவங்களில் அழிவும் பெருந்துயரமும் வரும். மாணவன் தனக்கேற்புடைய உண்மையான வாழ்வுப் பணியைத் தேர்ந்தெடுக்க ஊக்குவித்து, மாந்தருக்கிடையே பகைமையை வளர்க்கும் தொழில்களை ஒதுக்கி வைக்க அறிவுறுத்தும்விதமாக, ஆசிரியர் போதிக்கிறார். தன்னைப் பற்றிய அறிவை வளர்த்துக் கொள்ள உதவும் வகையில் மாணவரை அவர் வழிநடத்துகிறார். தன்னைப் பற்றிய அறிவு இல்லாவிடில், அமைதியும் இன்பமும் கிட்டாது. தன்னை நிறைவுபடுத்திக் கொள்வதற்காக செய்வதல்ல போதித்தல். மாறாக, தன்னை துறப்பதில்தான் உண்மையான கற்பித்தல் உள்ளது.

சரியான கல்வி இல்லாதபோது, பொய்த் தோற்றமே நிஜமெனக் கருதப்படும். அக்காரணத்தினால் தனிமனிதன், எப்போதும் தன்னுள் முரண்பட்டே கிடப்பான். ஆகவே அவன் மற்றவர்களிடமும் சமூகத்துடனும் கொண்டுள்ள உறவில் எப்போதும் போராட்டம் இருக்கும். தன்னைப் பற்றிய அறிவு மட்டுமே, சலனமற்ற அமைதியான மனதைக் கொடுக்கும். கோட்பாடுகளோ மதச் சடங்குகளோ அமைதியைக் கொணராது. 'நான்', 'எனது' என்ற உணர்வுகளின் எல்லைகளைக் கடந்து சென்றால்தான் உண்மை, சத்தியம், கடவுள் தோன்றும்.

7

பாலியலும் திருமணமும்

மற்றைய மானுடப் பிரச்சினைகள் போன்றே, நம் பாலியல் உணர்ச்சிகளும் காமக் கிளர்ச்சிகளும் மிகச் சிக்கலான கடினமான பிரச்சினையாகும். ஆசிரியர் இந்தப் பிரச்சினையைப் பற்றியும், அதன் தாக்கத்தைப் பற்றியும் ஆழமாக விசாரணை செய்யாமல், எப்படி அவரால் மாணவர்களுக்கு உதவ முடியும்? பெற்றோரோ அல்லது ஆசிரியரோ, அவர்களே பாலியல் கொந்தளிப்பில் அகப்பட்டுக் கொண்டிருக்கும்போது, அவர்களால் எப்படி மாணவனை வழி நடத்திச் செல்ல முடியும்? இந்தப் பிரச்சினையின் முழுப் பரிமாணத்தை நாமே புரிந்துகொள்ளாதபோது, எப்படி மாணவனுக்கு நம்மால் உதவி செய்யமுடியும்? பாலியல் பற்றிய ஆசிரியரின் விளக்கம், அவருடைய மனப்பாங்கினைப் பொறுத்திருக்கிறது. பாலியல் விஷயங்களில் சற்றே சாந்தமான மனநிலையிலிருக்கிறாரா அல்லது தன் ஆசைகளில் மூழ்கிப் போயிருக்கிறாரா என்பதைப் பொறுத்தே, மனப்பாங்கு அமைகிறது.

பாலியலும் திருமணமும்

நம்மில் பலபேருக்கு பாலுணர்வு என்பது ஏன் ஒரு பிரச்சினையாக, குழப்பமும் மோதலும் நிறைந்ததாக இருக்கிறது? அது ஏன் நம் வாழ்க்கையில் மிகப் பெரிய ஆதிக்கம் செலுத்துவதாக இருக்கிறது? அதற்கான முக்கியமான காரணங்களில் ஒன்று, நாம் படைப்பாற்றல் அற்றவராக இருக்கிறோம்; நம்முடைய சமூக மற்றும் அறப்பண்பாடு, நம் கல்விமுறைகள் ஆகிய எல்லாமே புத்தி வளர்ச்சியை அடிப்படையாகக் கொண்டுள்ளதால் நாம் படைப்பாற்றலின்றி இருக்கிறோம். பாலுணர்வு பிரச்சினைக்குத் தீர்வு, படைப்பு என்பது அறிவுத்திறன் பாட்டினால் நேர்ப்படுவது இல்லை என்பதைப் புரிந்துகொள்வதில்தான் இருக்கிறது. இதற்கு மாறாக, அறிவுத்திறன் அமைதியாய் இருக்கும்போது மட்டுமே, படைப்பு இருக்கிறது.

அறிவுத்திறன், மனம் என்ற முறையில், செய்தி களைக் கொண்டுவந்தும் திரும்பத் திரும்ப ஞாபகப் படுத்தியும் செயல்படும்; அது எப்போதும் புதிய சொற்களை உண்டாக்கி, பழைய சொற்களை மாற்றி அமைத்துக் கொண்டிருக்கும். நம்மில் பெரும்பாலோர் மூளையின் வழியாக மட்டுமே உணர்ந்தும் அனுபவித்துக் கொண்டும் இருக்கிறோம். நாம், இயந்திரகதியில் சொன்னதையே சொல்வதிலும் செய்ததையே செய்தலிலும் மட்டுமே வாழ்ந்து கொண்டிருக்கிறோம். இது படைப்பு இல்லை என்பது மிகத் தெளிவு; எனவே பயத்துடன், படைப்பாற்ற லின்றி, இயந்திரகதியில் இயங்கும்போது, நமக்கென்று

மிஞ்சியிருக்கும் ஒரே வழியாக இருப்பது பாலுணர்ச்சி மட்டுமே. மனக்கிளர்ச்சியாக பாலுணர்வு உள்ளது. மனம் தோற்றுவிக்கும் ஆசைகள் நிறைவேற்றப்பட வேண்டும்; இல்லையென்றால் அங்கே விரக்தி மட்டுமே மிஞ்சும்.

நம் சிந்தனை, நம் வாழ்க்கை ஆகிய அனைத்துமே குறுகியவை, வறண்டவை, வெறுமையானவை, ஒன்றுமில்லாதவை; உணர்ச்சிப்பூர்வமாக நாம் பட்டினி கிடக்கிறோம்; சமயம் மற்றும் அறிவுபூர்வமாக நாம் திரும்பத் திரும்ப ஒன்றையே சொல்லியும் செய்தும் மந்தகதியில் இருக்கிறோம். சமூகம், அரசியல் மற்றும் பொருளாதார ரீதியாக நாம் கடுமையான கட்டுப் பாட்டுக்கு உட்படுத்தப்பட்டிருக்கிறோம், அடக்கி வைக்கப்பட்டிருக்கிறோம். நாம் மகிழ்ச்சியான மனிதர்கள் அல்லர்; நாம் உயிர்த்துடிப்புள்ளவர்களாக, இன்பமாக இல்லை; வீட்டில், வியாபாரத்தில், மாதா கோயிலில், பள்ளியில், நாம் படைப்பாளர்கள் என்னும் நிலையை அனுபவித்தது இல்லை; நம் அன்றாட சிந்தனையிலும் செயலிலும் பூரணச் சுதந்திரம் இல்லை. அனைத்துத் திசையிலும் நாம் பிடிபட்டிருக்கும் நிலையில் உள்ளோம். இயற்கையாகவே பாலுணர்வு என்பது நமக்கிருக்கும் ஒரே ஒரு வடிகாலாகிவிட்டது. அதனால் உடலுறவு அனுபவம் மீண்டும் மீண்டும் தேவையாகிவிட்டது. 'தான்' என்ற உணர்வு இல்லாத நிலையில் ஏற்படக்கூடிய ஆனந்தத்தை, உடலுறவு, கணப்பொழுதிற்கு அளிப்பதால், அந்த அனுபவத்தை மீண்டும் மீண்டும் பெற விரும்புகிறோம். பாலுணர்வு,

பிரச்சினையை உண்டாக்குவதில்லை. 'சுகமான அனுபவத்தைத் திரும்பப் பெறவேண்டும், இன்பத்தில் திளைத்துக் கொண்டே இருக்க வேண்டும்' என்ற நம் பேரவாதான் பிரச்சினையை உண்டாக்குகிறது.

தன்னை மறக்கடிக்கச் செய்யும் ஆழமான உணர்ச்சிக்காகவும் ஏதோவொன்றுடன் ஐக்கியப் படுத்திக் கொண்டு நம்மை நாமே முழுவதுமாக இழந்து விடுவதற்காகவும்தான் நாம் உண்மையிலேயே தேடிக் கொண்டிருக்கிறோம். ஏனெனில், இந்த 'தான்' இருக்கிறதே அது மிக அற்பமானது, கேவலமானது, வேதனை உண்டாக்குவது. தெரிந்தோ தெரியாமலோ, நம்மை நாம், தனிப்பட்ட அல்லது கூட்டு கிளர்ச்சி களில், புனித எண்ணங்களில் அல்லது கீழ்த்தரமான புலன் கிளுகிளுப்பில், ஏதோ ஒரு வடிவத்தில் 'தான்' என்ற உணர்வை இழந்துவிடவே விரும்புகிறோம்.

நாம் 'தான்'-லிருந்து தப்பித்துச் செல்ல முயற்சிக்கும்போது, தப்பிப்பதற்கான வழிகள் மிகமுக்கியமானது; வழிகளும் நமக்கு வேதனையான பிரச்சினைகளாக ஆகிவிடுகின்றன. 'தான்' என்ற உணர்விலிருந்து விடுதலை பெற்ற, படைப்பாற்றலு டன் கூடிய வாழ்விற்குத் தடைகளாக இருப்பவை களைப் பற்றி, ஆய்வு செய்து புரிந்துகொள்ளாத வரையில், பாலுணர்வுப் பிரச்சினையை நம்மால் புரிந்துகொள்ள முடியாது.

படைப்பாற்றலுடன் கூடிய வாழ்விற்குத் தடைகளாக இருப்பவைகளில் ஒன்று, அச்சமாகும்;

அச்சத்தின் புறவெளிப்பாடே, சமூக அந்தஸ்து. சமுதாய மதிப்பிற்கு உரியவராய், அறநெறிக் கட்டுப் பாடு உள்ளவராய் இருப்பவர்கள், வாழ்க்கையின் முழுமையான மற்றும் ஆழமான உட்பொருளை உணராதவர்கள். 'தான் நேர்மையானவர்' என்ற ஒழுக்க வீராப்பு எண்ணச் சுவர்களுக்கிடையே அவர்கள் சிறைப்பட்டிருக்கிறார்கள்; அவர்களைத் தாண்டி எதையும் அவர்களால் பார்க்க முடியாது. இலட்சியங் கள் மற்றும் மத நம்பிக்கைகளால் நிறமாற்றம் செய்யப்பட்டது அவர்களின் அறவொழுக்கம் என்னும் கண்ணாடி மாளிகை. அக்கண்ணாடி மாளிகை, மெய்ம்மையுடன் சிறிதும் சம்பந்தப்பட்டதில்லை. ஆனால், அவர்கள் அதை புகலிடமாகக் கொண்டு, அவர்கள் உருவாக்கிய பொய்த்தோற்றங்களுடன் வாழ்கிறார்கள். அவர்கள் தங்களுக்குத் தாங்களே சுமத்திக்கொண்ட மனநிறைவு தரும் அறவொழுக்கத் தோடு இருந்தபோதிலும், சமுதாய அந்தஸ்து பெற்றிருந்தாலும், அவர்களும் குழப்பத்திலும் பெருந் துயரத்திலும் முரண்பாட்டிலும் வாழ்கிறார்கள்.

நாம் பாதுகாப்பாக இருக்க வேண்டும் என்கிற நம் விருப்பத்தின் விளைவாக விளைந்தது அச்சம். அச்சமானது நம்மைப் பிறருக்குக் கீழ்ப்படிந்து போகச் செய்கிறது, போலித்தனமாகப் பிறரை பின்பற்றச் செய்கிறது, ஆதிக்கத்திற்கு அடிபணிந்து போகச் செய்கிறது; ஆகவே, அச்சம், படைப்பாற்றலோடு கூடிய வாழ்க்கையை நடத்த விடாமல் நம்மைத் தடுக்கிறது. படைப்பாற்றலோடு வாழ்வது என்றால்

சுதந்திரமாய் அச்சமற்று வாழ்வதாகும். விருப்பம், மற்றும் விருப்பம் நிறைவேறல் என்ற உணர்ச்சிகளில் மனம் சிக்கிக் கொள்ளாதிருக்கும்போது மட்டுமே, படைப்பாற்றல் தோன்றும். இதயத்தையும் மனத்தையும் நுண்மையான கவனத்துடன் கண்காணிக்கும் போதுதான், விருப்பங்களின் இரகசிய செயல்பாட்டு வழிமுறைகளை நம்மால் காணமுடியும். ஆழ்ந்த சிந்தனையுள்ளவராகவும் அன்புடையவராகவும் இருக்கும்போது, விருப்பங்கள் நம்மை சிறிதளவே ஆதிக்கம் செலுத்தும். அன்பு இல்லாத இடத்தில், புலனுணர்வானது சுட்டெரிக்கும் பிரச்சினையாகி விடுகிறது.

ஆக, இந்தப் புலனுணர்வு பிரச்சினையைப் புரிந்துகொள்ள, அதை, ஒரு கோணத்தில் மட்டும் அணுகக்கூடாது; கல்வி, மதம், சமூகம், அறவொழுக்கம் ஆகிய அனைத்துக் கோணங்களிலிருந்தும் பார்க்க வேண்டும். நாம் எல்லாவற்றிற்கும் மேலான முதன்மையை புலனுணர்வின் மேல் வைப்பதால் நமக்கு புலனுணர்வுகள், தனிச்சிறப்புடைய முக்கியமான விஷயமாகிவிட்டது.

புத்தகங்கள், விளம்பரங்கள், திரைப்படம் மற்றும் பல்வேறு வழிகளின் மூலமாக புலனுணர்வின் பல்வேறு கூறுகள் ஓயாமல் வலியுறுத்தப்படுகின்றன. அரசியல் மற்றும் மத ஆரவாரக் கண்காட்சிகள், நாடகம் மற்றும் பலவித வேடிக்கை களியாட்டங்கள் ஆகிய அனைத்துமே நம்மை பல நிலைகளில் உணர்ச்சி

தூண்டல்களைத் தேடிச் செல்ல ஊக்குவிக்கின்றன; இவ்வகை ஊக்குவிப்பால் நாமும் மகிழ்ந்து போகிறோம். புலனுணர்வு, சாத்தியப்படும் எல்லா வழிகளிலும் வளர்க்கப்படுகிறது. ஆனாலும், அதே சமயம், கற்பு எனும் இலட்சியமானது வற்புறுத்தப் படுகிறது. இப்படியாக, முரண்பாடுகள் நம்முள் எழுப்பப்படுகிறது; விநோதம் என்னவென்றால் இந்த முரண்பாடே நமக்குத் தூண்டுதலாக இருக்கிறது.

மனதின் தலையாய செயல்பாடுகளில் ஒன்று புலனுணர்வைத் தேடிச் செல்வதாகும். இந்த தேடலை நாம் புரிந்துகொள்ளும்போதுதான், மகிழ்ச்சி, கிளர்ச்சி மற்றும் வன்மம் ஆகியவை நம் வாழ்க்கையில் ஆதிக்கம் செய்யாமல் இருக்கும். நாம் அன்புடையவர்களாக இல்லாத காரணத்தினால்தான், பாலுணர்வு கிளர்ச்சி யானது சுட்டெரிக்கும் மாபெரும் பிரச்சினை என்றாகிவிடுகிறது. எங்கே அன்பு இருக்கிறதோ, அங்கே கற்பு இருக்கும்; ஆனால், யார் கற்புள்ளவர்களாக இருக்க முயற்சி செய்கிறார்களோ, அவர் கற்புடையவர் அல்ல. நற்பண்பு என்பது சுதந்திரத்தினால் வருவது; 'உள்ளதை' புரிந்துகொள்ளும்போதுதான் நற்பண்பு வரும்.

நாம் இளைஞர்களாக இருக்கும்போது, நம்மிடம் தீவிரப் பாலுணர்ச்சி தூண்டுதல்கள் இருக்கும். கட்டுப்பாடு இல்லாமல் போனால், நம்மை காம நெருப்பு எரித்துவிடும் என்று நாம் எண்ணுவதால், இந்த விருப்பங்களை அடக்கவும் கட்டுப்படுத்தவும் முயற்சி

செய்கிறோம். நிறுவப்பட்ட மதங்கள் எல்லாமே நம் பாலியல் ஒழுக்கத்தில் மிகுந்த அக்கறை கொண்டுள்ளன; ஆனால், அவை வன்முறையையும் தேசபக்தியின் பெயரால் கொலைபுரிதலையும், பொறாமை மற்றும் குயுக்தியான கொடூரங்களில் ஈடுபடுதலையும், அதிகாரம் மற்றும் வெற்றியை தேடியலைவதையும் அனுமதிக்கின்றன. மதங்கள் ஏன் பாலுணர்வு அறவொழுக்கத்தில் மட்டும் மிகுந்த அக்கறை கொண்டிருக்கின்றன? சுரண்டல், பேராசை மற்றும் போர் ஆகியவற்றை அவை ஏன் சாடவில்லை? நாம் உண்டாக்கிய சமுதாயச் சூழலின் ஒரு பாகம்தான் நிறுவப்பட்ட மதங்கள். மதங்கள், தாம் நிலைத்திருக்க அச்சங்கள், நம்பிக்கைகள், பொறாமை, பிரிவினை போன்ற நம் உணர்வுகளின் மேல் பெரிதும் சார்ந்து இருக்கின்றன, இல்லையா? மற்றைய துறைகளில் இருப்பதைப் போலவே சமயத் துறையிலும் தம் சொந்த விருப்பங்களின் புறவெளிப்பாடுகளாகவே சிந்தனைகள் உருவாகிறது.

ஆசைகளின் செயல்பாட்டை முழுமையாகவும் ஆழமாகவும் புரிந்து கொள்ளாதவரையில், மேற்கத்திய நாடுகளிலும் சரி, கீழ்த்திசை நாடுகளிலும் சரி, இப்போதிருக்கும் திருமண அமைப்பு முறையானது பாலியல் பிரச்சினைக்குத் தீர்வு அளிக்கமுடியாது. திருமண ஒப்பந்தத்தில் கையெழுத்திடுவதினால் அன்பைத் தூண்டிவிட முடியாது; அல்லது பாலுணர்வு என்பது திருப்தியை தம்பதிகள் பரிமாறிக் கொள்வதை அடிப்படையாகக் கொண்டதுமல்ல; பரஸ்பர

பாதுகாப்பு மற்றும் சௌகரியத்தையும் அது அஸ்திவாரமாகக் கொண்டிருக்கவில்லை. திருப்தி, பாதுகாப்பு, சௌகரியம் போன்றதெல்லாம் மனதுடன் சம்பந்தப்பட்ட விவகாரங்கள்; எனவேதான் நம் வாழ்க்கையில் மிகச் சிறிய அளவில் அன்பு இருக்கிறது. அன்பு மனதைச் சார்ந்தது அல்ல. வஞ்சக நோக்கு, தற்காப்புக் கோரிக்கைகள் மற்றும் சுயநல எதிர்வினை களைக் கொண்ட எண்ணத்தின் பிடியிலிருந்து முற்றிலுமாகத் தன்னை விடுவித்துக் கொண்டு சுதந்திரமாக இருப்பது அன்பு. அன்பு இருக்கும்போது, பாலுணர்வு ஒரு பிரச்சினையே அல்ல - அன்பின்மையே பிரச்சினையை உண்டாக்குகிறது.

மனம், தனக்கே ஏற்படுத்திக் கொள்ளும் தடைகளும் பிரச்சினைகளிலிருந்து தப்பியோட எடுக்கும் முயற்சிகளும்தான் பிரச்சினையை உண்டாக்குகின்றனவே தவிர பாலுணர்ச்சியோ அல்லது வேறு குறிப்பிட்ட விஷயமோ பிரச்சினையை உண்டாக்குவதில்லை. எனவே தான், மனதின் செயல்முறையை, மனதை ஈர்ப்பவைகள் மற்றும் அது வெறுத்து ஒதுக்குபவை, அழகு மற்றும் விகாரத்தைக் கண்டதும் அதன் எதிர்வினைகள் ஆகிய அனைத்தையும் புரிந்துகொள்ள வேண்டியது மிக முக்கியமாகிறது. நாமே நம்மை உற்றுநோக்க வேண்டும்; நாம் மக்களை எப்படி நடத்துகிறோம், ஆண்களையும் பெண்களை யும் எப்படி பார்க்கிறோம் என்பன போன்றவற்றை நாம் விழித்துணர்ந்திருக்க வேண்டும். பொதுநலனில் அக்கறைக் கொள்ளாமல் தன் சொந்த நலன்

தொடர்வதற்கும் தனக்கு முக்கியத்துவம் கிடைப்பதற்கும் குடும்பத்தைக் கருவியாக்கிக் கொள்ளும்போது, குடும்பமானது, பிரிவினைகளுக்கும் சமூக விரோத நடவடிக்கைகளுக்கும் மையமாகிறது என்பதை நாம் பார்த்தே ஆகவேண்டும். குறுகிய சுயநல விருப்பங்களையும் தன்முனைப்பு ஈடுபாடுகளையும் கொண்டிருக்கும் 'தான்' என்ற உணர்வில், குடும்பம் மற்றும் சொத்து மையப்படுத்தப்படும்போது, அவையிரண்டுமே அதிகாரத்தின், மேலாதிக்கத்தின் கருவிகளாக ஆகின்றன; இதுவே தனிமனிதனுக்கும் சமுதாயத்திற்கும் இடையிலான போராட்டத்திற்கு மூலகாரணமாகிறது.

மானுடப் பிரச்சினைகளுக்குத் தீர்வு காண்பதிலுள்ள இடர்பாடு என்னவென்றால், பெற்றோர்கள் மற்றும் ஆசிரியர்களாகிய நாம் அடியோடு முழுவதுமாக சோர்வடைந்து நம்பிக்கையிழந்து அமைதியின்றி கலங்கிப் போய் இருக்கிறோம். நமக்கு வாழ்க்கை பெரும் சுமையாகிவிட்டது. எனவே நமக்கு சௌகரியம் தேவைப்படுகிறது; நம்மேல் அன்பு செலுத்தப்பட வேண்டுமென்கிறோம். உள்முக வறுமையுடன் பற்றாக்குறையுடன் இருக்கும் நாம், சரியான கல்வியை நம் குழந்தைகளுக்குக் கொடுப்பதற்கான நம்பிக்கையுடன் எப்படி இருக்க முடியும்?

எனவேதான் இங்கு மிகப்பெரிய பிரச்சினையாக இருப்பது மாணவன் அல்ல; மாறாக கல்வியாளர்தான் பிரச்சினை; மற்றவர்களுக்குக் கற்பிக்கத் தேவையான ஆற்றல் பெற, நாம் நம் இதயத்தையும் மனதையும்

சுத்தமாக்கிக் கொள்ள வேண்டும். கல்வியாளரே குழப்பமடைந்தும் வக்கிரப் புத்தியோடும் தன் இச்சைகளின் மயக்கத்தில் தன்னை இழந்து விட்டவராகவும் இருக்கையில், அவரால் பிறருக்கு எப்படி விவேகத்தைப் பற்றிச் சொல்லமுடியும்? அல்லது மற்றவரின் பாதையின் கோணலை நேராக்க உதவ முடியும்? தொழில்நுட்ப வல்லுநர்களால் பிரச்சினையைக் கண்டு பிடித்து பழுதுபார்க்கப்பட வேண்டிய இயந்திரங்கள் போன்றவர்கள் அல்ல நாம். தாக்கங்கள் மற்றும் தற்செயலான நிகழ்வுகளின் நீண்ட தொடர்ச்சியின் விளைவாக நாம் இருக்கிறோம். ஒவ்வொருவரும் தம் இயல்பிலுள்ள குழப்பத்தை, சிக்கலை, தாமே விடுவித்து தம்மை புரிந்துகொள்ள வேண்டும்.

□ □ □

8

கலை, அழகு மற்றும் படைப்பு

எண்ணச் சுமைகளாயிருக்கும் நம்மிடமிருந்து தப்பிக்க நாம் எப்போதும் முயற்சி செய்கிறோம். கலைத்துறை, தப்பித்துச் செல்ல மரியாதைக்குரிய சுலபமான வழியை அளிப்பதால், பலருடைய வாழ்க்கையில் கலை முக்கிய பங்காற்றுகிறது. தன்னை மறக்க வேண்டிய விருப்பத்தினால் சிலர் கலைத் துறைக்குப் போகின்றனர், மற்றும் சிலர் மதுப் பழக்கத்திற்கு அடிமையாகின்றனர், வேறு சிலரோ மர்மமானதும் வினோதமானதுமான மதக் கோட்பாடுகளை பின்பற்றுகின்றனர்.

தன்னை மறக்க, தன்னிடமிருந்து தப்பிக்க ஏதோ ஒன்றை அறிந்தோ அறியாமலோ நாம் உபயோகப் படுத்தினால் அதற்கு நாம் அடிமையாகிப் போய் விடுகிறோம். ஒரு நபரை, ஒரு கவிதையை அல்லது மனம் தீர்மானித்ததை, கவலைகள் மற்றும்

ஆவல்களிடமிருந்து தப்பிக்க நாம் சார்ந்திருந்தால், அவை கணநேரத்திற்கு வளமூட்டுவதாக இருப்பினும், அவை நம் வாழ்க்கையில் மேலும் அதிகமான முரண்பாட்டையும் போராட்டத்தையும் உண்டு பண்ணுகின்றன.

எங்கே போராட்டம் இருக்கிறதோ, அங்கே படைப்பாற்றல் நிலை இருக்காது. சரியான கல்வி யானது, தனிமனிதன் தன் பிரச்சினைகளை சந்திக்க உதவ வேண்டுமே தவிர, தப்பிப்பதற்கான வழிகளின் துதிபாடக் கூடாது. கல்வி, போராட்டத்தைப் புரிந்து கொண்டு, அதை நீக்க மாணவனுக்கு உதவிபுரிய வேண்டும்; அப்போதுதான் படைப்பாற்றல் நிலை உருவாகும்.

வாழ்க்கையிலிருந்து பிரிந்து தனித்திருக்கும் கலைக்கு எந்த சிறப்புமில்லை. கலையானது நம் அன்றாட வாழ்க்கையிலிருந்து தனித்து பிரிந்திருக்கும் போது, அது நமது தப்பித்தலுக்கான முயற்சியின் வெளிப்பாடாக மட்டுமே உள்ளது. முயற்சி செய்து திரைச்சீலையில் நாம் தீட்டும் ஓவியமோ, பளிங்குக் கல்லில் நாம் வடிக்கும் சிலையோ சொல்லாட்சியுடன் நாம் எழுதிய கவிதையோ, நம் இயல்புணர்வோடு ஒன்றியில்லாமல் செயற்கையாக இருக்கையில், அவை, 'உள்ளதிலிருந்து' தப்பித்துச் செல்ல நாம் செய்த மேலோட்டமானச் செயல்களேயன்றி உண்மையான கலை அல்ல. இயல்பிற்கும் கலைப் படைப்பிற்கும் இடையே உள்ள இடைவெளியை பாலம் அமைத்து

இணைப்பது, பேறுபெற்றவர்களுக்கும் தொழில்திறன் உள்ளவர்களுக்கும் மிகவும் கடினம். ஆனால், எப்போது இந்த இடைவெளி அகற்றப்படுகிறதோ, அப்போது நம் வாழ்க்கை முழுமையடையும், கலையானது நம்மையே காட்டும் முழுமையாக்கப்பட்ட வெளிப்பாடாக இருக்கும்.

மனமானது பொய்தோற்றத்தைப் படைக்கும் சக்திகொண்டது. மனதின் செயல்பாட்டு வழிகளைப் புரிந்துகொள்ளாமல், அகத்தூண்டுதலைத் தேடுவது என்பது தன்னையே ஏமாற்றிக் கொள்வதற்கான அழைப்பாகும். அகத்தூண்டுதல் (inspiration) நாம் திறந்த மனதோடு இருந்தால், தானே வந்து சேருமே தவிர, நாம் அதை நாடிப்போகும்போது வராது. அகத்தூண்டுதலைப் பெற, மனக் கிளர்ச்சியை எந்த வடிவத்தின் மூலமாகத் தூண்ட முயன்றாலும், அது எல்லாவித மாயைகளுக்கும் அழைத்துச் செல்லும்.

இருத்தலின் உட்பொருளை ஒருவர் உணராது இருக்கும்வரை, அவர் பெற்றிருக்கும் திறமையும் பேறுகளும் 'தான்' மற்றும் அதன் விழைவுகளுக்கு முக்கியத்துவத்தையும் அழுத்தத்தையும் கொடுக்கும். திறமை, தனிமனிதனை சுயமுனைப்புடன் தன்னை மையப்படுத்திக் கொள்பவராகவும் மற்றவர்களிடமிருந்து பிரிந்திருப்பவராகவும் செய்கிறது. எல்லோருக்கும் மேலான தனிப்பட்ட நபர் என எண்ணிக்கொள்வதால் பல தீமைகள் உருவாகின்றன; தீமைகள், முடிவிலா சண்டை சச்சரவுகளையும்

இன்னல்களையும் தோற்றுவிக்கின்றன. 'தான்' என்பது பலதரப்பட்ட, ஒன்றிற்கொன்று முரணானத் தன்மைகளின் தொகுதியாகும். 'தான்' ஆசைகளின் போர்க்களமாக இருக்கிறது. 'என்னுடையது' மற்றும் 'என்னுடையது அல்ல' என்பதின் இடையறாத போராட்டத்தின் மையமாக அது உள்ளது. 'தான்', 'என்', 'என்னுடையது' ஆகியவற்றிற்கு நாம் முக்கியத்துவமும் முதன்மையும் கொடுத்துக் கொண்டிருக்கும்வரை, நமக்குள்ளும் உலகத்திலும் ஓயாமல் போராட்டம் அதிகரித்துக் கொண்டே யிருக்கும்.

ஓர் உண்மையான கலைஞன் என்பவன் 'தான்' என்பதின் பகட்டிற்கும், அதன் பேரார்வங்களுக்கும் அப்பாற் பட்டவன். மிகச் சிறப்பான பேச்சுத்திறன் பெற்றிருந்தும் உலகாயத வழிகளில் சிக்கிக் கொண்டால், வாழ்க்கையில் முரண்பாடுகளும் சச்சரவுகளும் மிகுந்தேயிருக்கும். புகழ்ச்சிகளாலும் முகஸ்துதிகளாலும் உச்சிகுளிர்ந்து போனால், 'தான்' என்ற அகங்காரம் ஊதிப்பெருக்கும், பிறரின் கருத்தை ஏற்கும் தன்மை அழியும். எனவே வெற்றியை வழிபடுதல் எந்தத் துறையில் இருந்தாலும், அது மெய்யுணர்விற்கு ஊறுவிளைவிக்கும் என்பது தெளிவாகவே இருக்கிறது.

பிறரிடமிருந்து தன்னைப் பிரித்துக் கொண்டு, தனக்கென ஓர் அடையாளம் வைத்துக் கொண்டு தனியாக இருக்கும் மனோபாவமும் திறமையும் கிளர்ச்சியூட்டுவதாய் இருந்தாலும், அது மென்னய

வுணர்வின் (sensitivity) வெளிப்பாட்டை சிதைத்து உணர்ச்சியின்மையை கொண்டுவரும். பெற்றிருக்கும் வரமாக இருக்கும் திறமையால் ஒருவர் செயல்படும் போது, 'நான் ஓவியம் தீட்டுகிறேன்', 'நான் எழுதுகிறேன்', 'நான் கண்டுபிடிக்கிறேன்' என்றெண்ணி 'நான்', 'எனது' என்பதற்கு முக்கியத்துவம் கொடுக்கும்போது, மென்னயவுணர்வு மழுங்கடிக்கப் படுகிறது. மக்களுடனும், பொருட்களுடனும், இயற்கையுடனும் நாம் தொடர்பு கொண்டு உறவாடும் போது, நமக்குள் நம் எண்ணங்களும் உணர்வுகளும் ஏற்படுத்தும் ஒவ்வொரு அசைவையும் இயக்கத்தையும் பற்றி விழிப்புடனிருக்கும்போதுதான், மனம் திறந்த மனமாகவும் நெகிழ்ச்சி உடையதாகவும் இருக்கும். அத்தகைய மனம், தற்காப்புக் கோரிக்கைகள் மற்றும் சுயமுனைப்பு முயற்சிகள் போன்றவற்றால் கட்டப் பட்டிருக்கவில்லை. அந்நிலையில் மட்டுமே, 'தான்' என்ற உணர்வால் தடை செய்யப்படாமல், அழகு மற்றும் விகாரம் ஆகிய இரண்டிற்குமே மென்னய வுணர்வுடன் இருக்கமுடியும்.

விகாரத்திற்கும் அழகிற்குமான மென்னயவுணர்வு நாம் கொண்டுள்ள பற்றுதலினால் வருவதில்லை; 'தான்' என்ற உணர்வால் உருவாக்கப்பட்ட சச்சரவுகள் இல்லாதபோது, அன்புடன் இணைந்து மென்னய வுணர்வு தோன்றும். நாம் அகத்தளவில் வறியராக இருந்துகொண்டு, பெற்றிருக்கும் செல்வம், பதவி, உடைமைகள் ஆகியவற்றில் பல்வேறு வெளிவேஷங் களில் மனம் போனபோக்கில் திளைக்கிறோம். நம்

இதயங்கள், அன்பின்றி வரண்டு கிடக்கும்போது, வெறுமையிலிருந்து தப்பிக்க நாம் பொருட்களைச் சேர்க்கிறோம். நமக்கு வாங்கும் சக்தி இருந்தால் நாம் அழகானவை என்று கருதும் பொருட்களை வாங்கி நம் வீட்டை நிரப்பி விடுகிறோம். அப்பொருட்களுக்கு மிகுந்த முக்கியத்துவம் அளித்து அவற்றோடு நம்மைப் பிணைத்துக் கொள்கிறோம். அவற்றை இழந்து நாம் அடையும் துயரத்திற்கு, நாமே பொறுப்பாளி. பற்றுதலே துயரத்திற்கும் அழிவிற்கும் காரணமாகிறது.

அழகான பொருட்களை வாங்கி சேகரிக்கும் குணம், அழகுணர்ச்சியால் வந்தது அல்ல, அது பாதுகாப்பு கோரும் ஆசையால் வந்தது; பாதுகாப் போடு இருப்பது என்பது மென்னயவுணர்வின்மை ஆகும். பாதுகாப்பிற்கான விருப்பம், அச்சத்தை உண்டாக்குகிறது. அச்சம், நம்மைச் சுற்றி சுவர்களை எழுப்பி தனிமைப்படுத்தலை தொடங்கி வைக்கிறது; இந்தச் சுவர்கள் அனைத்து மென்னயவுணர்வையும் தடுத்துவிடுகிறது. என்னதான் ஒரு பொருள் அழகான தாக இருந்தாலும், அது கூடிய சீக்கிரத்திலேயே நமக்கு கவர்ச்சியற்றதாகப் போய்விடுகிறது. முதலில் களிப்பூட்டிய அது, நமக்குப் பழகிப்போன பொருளாய் ஆனதால், கவர்ச்சியற்றதாக, சுவாரஸ்யமற்றதாக நமக்குத் தோன்றுகிறது. அதில் அழகு தொடர்ந்து கொண்டுதான் இருக்கிறது - ஆனால் சலிப்பூட்டும் நம் அன்றாட வாழ்க்கையால், அதன்மீதான கவர்ச்சி உறிஞ்சப்பட்டு விடுகிறது. பிறகு நாமும் அதை ரசிப்பதில்லை.

நம் இதயங்கள், சலிப்பில் சருகாகிப் போனதால் நாம் கருணையோடு இருப்பதற்கும் மறந்துவிட்டோம். விண்மீன்களை, மரங்களை, நீரின்மேல் தெரியும் பிரதிபலிப்புகளைப் பார்க்கவும் மறந்துவிட்டோம். இந்நிலையில், படங்கள், ஆபரணங்கள், புத்தகங்கள் மற்றும் முடிவற்ற களியாட்டங்கள் ஆகியவற்றின் கிளர்ச்சித் தூண்டுதல் நமக்குத் தேவைப்படுகிறது. நாம் எப்போதும் புதிய கிளர்ச்சித் தூண்டுதல்களை, புதிய கிளுகிளுப்புகளை தேடிக் கொண்டிருக்கிறோம். பல்வேறு வகைப்பட்ட பெருகிக் கொண்டேயிருக்கும் கிளர்ச்சித் தூண்டுதல்களை அனுபவிக்க நாம் பெரிதும் ஏங்குகிறோம். இந்த அடங்கா பெருவிருப்பமும், விருப்பம் நிறைவேறிய திருப்தியும் மனதையும் இதயத்தையும் அயர்ச்சி அடையச் செய்து மந்தமாக்குகிறது. நாம் புலனுணர்ச்சி கிளர்ச்சிக்காக அலையும் வரையில், அழகு மற்றும் அழகற்றது என்ற நம் கணிப்பு, மேலோட்டமானதேயாகும். அனைத்து பொருட்களையும் புத்தம் புதியதாக அணுகுவதற்கு திறன் கொண்டிருந்தால் மட்டுமே, நிலைத்த இன்பம் கிட்டும். ஆனால் நாம் ஆசைகளால் கட்டுண்டு கிடக்கும் வரையில் இத்திறன் கொண்டிருப்பது சாத்தியமில்லை. புலனுணர்வுக்காகவும் திருப்தி அடைவதற்குமான அடங்கா விருப்பமானது, எது எப்போதும் புதியதாக இருக்கிறதோ அதை அனுபவிக்க விடாமல் நம்மைத் தடுக்கிறது. புலனுணர்வுகளை வாங்கிவிட முடியும். ஆனால் அழகுணர்ச்சியை வாங்க முடியாது.

கிளர்ச்சித் தூண்டுதல்களாலோ புலனுணர்ச்சி மூலமாகவோ வெறுமையிலிருந்து தப்பிக்க முயலாமல், நம் இதயத்தின் வெறுமையை நாம் உணர்ந்தும், முற்றிலும் திறந்த மனதோடும், மென்னயவுணர்வோடும் நாம் இருக்கும்போது மட்டுமே, படைப்புத் திறனுள்ள ஆனந்தத்தை நம்மால் கண்டறியமுடியும். அகத்தை நாம் புரிந்து கொள்ளாமல், புறத்தை மட்டுமே வளர்த்துக் கொண்டால், அது, அழிவிற்கும் துயரத்திற்கும் மனிதனை இட்டுச் செல்லும்; விழுமியங்களை மட்டுமே தவிர்க்கமுடியாதபடி தோற்றுவிக்கும்.

தொழில்நுட்ப அறிவு, நமக்கு வேலை வாங்கிக் கொடுக்கலாம். ஆனால் அது நம்மைப் படைப்புத்திறன் உள்ளவராக்க முடியாது. நம்முள் மகிழ்ச்சி இருந்தால், படைப்பாற்றல் தீப்பொறி இருந்தால், வெளிப்பாட்டிற்கான நெறிமுறையைப் பயிலாமலே, படைப்பாற்றல் தன்னை வெளிப்படுத்திக் கொள்ளும் ஒரு வழியை கண்டிப்பாய் கண்டறியும். ஒருவர் உண்மையிலேயே கவிதை எழுத விரும்பினால், கவிதை எழுதுகிறார். அவருக்கு எழுதும் உத்தி தெரிந்திருந்தால் மேலும் நல்லதுதான். சொல்வதற்கென்று ஒன்றும் இல்லாதபோது, தகவல் பரிமாற்றத்திற்கான வெறும் வழியான வார்த்தைகளோடு ஏன் போராட வேண்டும்? நம் இதயங்களில் அன்பு இருந்தால், நாம் சொற்களைக் கோர்வையாக்குவதற்கு இலக்கணம் தேடமாட்டோம்.

பெரும் கலைஞர்களும் தலைசிறந்த எழுத்தாளர்களும் படைப்பாளிகளாக இருக்கலாம். ஆனால் நாம் அப்படி இல்லை; நாம் வெறும் பார்வையாளர்களே.

கலை, அழகு மற்றும் படைப்பு 205

நாம் பெரும் எண்ணிக்கையில் நூல்களைப் படிக்கிறோம். உன்னத இசையைக் கேட்கிறோம்; கலைப் பொருட்களைப் பார்க்கிறோம். ஆனாலும் நாம் மகோன்னதத்தை நேரிடையாக எப்போதும் அனுபவித்ததில்லை. நாம் பெறும் அனுபவம் எப்போதும் ஒரு கவிதை மூலமாக, ஓர் ஓவியத்தின் மூலமாக, ஒரு புனிதரின் ஆளுமை மூலமாகவே இருக்கிறது. நாம் பாடவேண்டும் என்றால், நம் இதயத்தில் ராகம், ஆனந்தம் இருக்க வேண்டும். ஆனால் இதயத்தின் ராகத்தை இழந்துவிட்டு, புறத்தில் பாடுபவரை - மேலோட்டமான ஆனந்தத்தை அளிப்பதை - பின்தொடர்ந்து போகிறோம். படைப்பாற்றலைப் பெற இடைத்தரகரைப் போல் செயல்படும் ஒருவரைச் சார்ந்திருக்க விரும்புகிறோம் - அப்படியொருவர் நமக்கில்லையென்றால் நாம் தவித்துப் போகிறோம். ஆனால் 'தான்' என்ற எண்ணம் தொலைந்து போனால் தான், நம்மால் எதையும் கண்டுபிடிக்க முடியும். கண்டுபிடித்தலே படைப்பாற்றலின் ஆரம்பம். படைப்பாற்றல் இல்லாமல், எவ்வளவுதான் முயன்றாலும், மனிதனுக்கு அமைதியோ அல்லது இன்பமோ கிட்டுவதில்லை.

ஒரு நெறிமுறையை, ஒரு தொழில்நுட்பத்தை, ஒரு பாணியை கற்றறிந்து கொண்டு நாம் மகிழ்ச்சி கரமாக, படைப்பாற்றலுடன் வாழமுடியும் என்று நினைக்கிறோம். ஆனால் படைப்பாற்றல் தரும் இன்பம், அகச்செழுமை இருக்கும்போதுதான் வரும்; அதை எந்த நெறிமுறையாலும் அடைந்துவிட

முடியாது. தன்னை மேம்படுத்துதல் என்பது 'நான்' மற்றும் 'என்னுடையது' ஆகியவற்றின் பாதுகாப்பிற்கு இன்னொரு வழியில் உறுதியளிப்பதே தவிர, அது படைப்பாற்றல் அல்ல; அது அழகுணர்வும் அல்ல. மனதின் செயல்பாட்டு வழிகள், அது தன்னைச் சுற்றித் தானே எழுப்பிக்கொண்ட தடைகள் ஆகியவற்றை ஒருவர் எப்போதும் விழிப்புணர்வில் வைத்திருக்கும் போதுதான் படைப்பாற்றல் தோன்றும்.

தன்னைப் பற்றிய அறிவினால்தான் படைப்பதற் கான சுதந்திரம் வருகிறது. ஆனால் தன்னைப் பற்றிய அறிவு என்பது வரப்பிரசாதமல்ல. ஒருவர் குறிப்பிட்ட எந்தவொரு திறமையுமில்லாமலே படைப்பாற்றல் கொண்டவராக இருக்கலாம். படைப்புத்தன்மை என்பது இருத்தலின் ஒருவித நிலையாகும். அந்த நிலையில் 'தான்' என்பதின் முரண்பாடுகளும் துயரங் களும் இல்லை. மேலும், ஆசைகளின் கோரிக்கை களிலும் முயற்சிகளிலும், மனம், அந்த நிலையிலிருக்கும் போது மாட்டிக் கொள்வதில்லை.

படைப்பாற்றல் என்பது வெறுமனே கவிதை களைப் படைப்பதோ அல்லது சிலைகளை வடிப்பதோ அல்லது குழந்தைகளைப் பெறுவதோ அல்ல; படைப்பாற்றல் என்பது சத்தியம் பிரத்தியட்சமாகக் கூடிய சாத்தியம் உள்ளதோர் உணர்வுநிலை. எண்ணங்கள் முழுவதுமாக முற்றுபெறும்போதுதான் சத்தியம் தோன்றும். 'தான்' என்ற அகந்தை அழியும் போதும், மனம், தான் படைத்த விருப்பங்களைத் தேடியலைவதை நிறுத்திவிடும்போதும், எண்ணங்கள்

முடிவுறும். மனமானது, கட்டாயத்தாலோ அல்லது பயிற்சியாலோ அமைதியாக்கப்படாமல், 'தான்' செயலற்று இருக்கும் காரணத்தால், ஆழ்ந்த மோனத்திலிருக்கும்போது, அங்கே படைப்பு நிகழும்.

அழகுணர்வு, ஒரு கீதத்தில், ஒரு புன்முறுவலில் அல்லது ஒரு மௌனத்தில் தன்னை வெளிப்படுத்திக் கொள்ளலாம். ஆனால் நம்மில் பெரும்பாலோர் மௌனமாக இருக்க எண்ணமே கொண்டிருக்கவில்லை. நாம், நம் விருப்பங்களை நிறைவேற்றிக் கொள்வதற்கான முயற்சிகளிலும் இன்பக் கேளிக்கைகளிலும் தீவிரமாக ஈடுபட்டிருப்பதால், பறவைகளை, கடந்து செல்லும் மேகங்களை கூர்ந்து பார்ப்பதற்கு நமக்கு நேரமில்லை. நம் இதயங்களில் அழகுணர்வு இல்லாதபோது, நாம் எப்படி மாணவர்களை விழிப்புணர்வுடனும் மென்னயவுணர்வுட னும் இருக்க உதவ முடியும்? நாம் அழகற்றவைகளைத் தவிர்த்து, அழகை மிகுந்த ரசனையுடன் மென்னயவுணர்வுடன் நோக்குகிறோம். ஆனால், அழகற்றவைகளைத் தவிர்ப்பதால், நாம் இறுகிப் போகிறோம். நாம் இளைஞர்களிடம் மென்னயவுணர்வை வளர்க்க நினைத்தால், முதலில் நாம் அழகிற்கும் அழகற்றவைகளுக்கும் மென்னயவுணர்வு கொண்டிருக்க வேண்டும். மனிதன் படைத்த அழகில் மட்டுமின்றி, இயற்கையில் இருக்கும் அழகை பார்ப்பதிலும் இன்பம் இருக்கிறது என்ற உண்மையை நமக்கு கிடைக்கும் ...வ்வொரு வாய்ப்பையும் பயன்படுத்திக்கொண்டு, ...ளைஞனிடம் விழிப்புணர்வை ஏற்படுத்த வேண்டும்.

□□□

குறிப்புகள்